新丝路·语言

博雅

ไวยากรณ์ไทย

泰语语法

（第2版）

裴晓睿　薄文泽　著

北京大学出版社
PEKING UNIVERSITY PRESS

图书在版编目(CIP)数据

泰语语法 / 裴晓睿,薄文泽著. —2 版. —北京:北京大学出版社,2022.5
ISBN 978-7-301-32932-0

Ⅰ.①泰⋯ Ⅱ.①裴⋯②薄⋯ Ⅲ.①泰语-语法-高等学校-教材 Ⅳ.①H4124

中国版本图书馆 CIP 数据核字(2022)第 042993 号

书　　　名	泰语语法（第 2 版） TAIYU YUFA (DI-ER BAN)
著作责任者	裴晓睿　薄文泽　著
责任编辑	兰　婷
标准书号	ISBN 978-7-301-32932-0
出版发行	北京大学出版社
地　　　址	北京市海淀区成府路 205 号　100871
网　　　址	http://www.pup.cn　新浪微博:@北京大学出版社
电子邮箱	编辑部 pupwaiwen@pup.cn　总编室 zpup@pup.cn
电　　　话	邮购部 010-62752015　发行部 010-62750672　编辑部 010-62759634
印　刷　者	大厂回族自治县彩虹印刷有限公司
经　销　者	新华书店
	650 毫米×980 毫米　16 开本　18 印张　236 千字 2017 年 9 月第 1 版 2022 年 5 月第 2 版　2025 年 4 月第 2 次印刷
定　　　价	58.00 元

未经许可,不得以任何方式复制或抄袭本书之部分或全部内容。
版权所有,侵权必究
举报电话:010-62752024　电子邮箱:fd@pup.cn
图书如有印装质量问题,请与出版部联系,电话:010-62756370

第 2 版前言

《泰语语法》自 2016 年出版以来，时间过去了 6 年。虽然第 1 版在《泰语语法新编》（裴晓睿，北京大学出版社，2001）的基础上做了补充和改进，但在使用过程中，发现仍有失误或不尽如人意之处。本次修订，保留了第 1 版的整体布局，章节不变。修订内容主要体现在以下几个方面：

提升阐述部分语言表达的准确性；

替换泰语例句中有可能引起歧义的内容；

纠正泰语词汇的拼写失误；

对版面编排做出适当调整。

寄望《泰语语法》（第 2 版）能够更好地服务于泰语学界，并期待着来自读者的批评和指正。

作者

2022 年 5 月于北京大学

第1版前言

本书是在《泰语语法新编》（裴晓睿，北京大学出版社，2001）基础上修订而成的。《泰语语法新编》是我国第一部泰语语法著作，也是以功能语法（Systemic Functional Grammar）理论研究泰语的首部专著。15年过去了，它仍然是中国高校泰语学习和研究所需书目之一。随着近年国内高校泰语本科、专科和研究生教学迅速发展，对泰语语法教材的需求日益增多。鉴于此，我们通过北京大学教材建设立项，对2001年版的《泰语语法新编》进行了修订，改书名为《泰语语法》，仍然由北京大学出版社出版。

此次修订，从体例和内容上做了以下增补、替换或更正：

一、考虑到国内泰语界以高校师生为主力，对泰语语法的学习和研究主要与教学相关，因此本次修订目标是向教科书体例靠拢。每个章节之后都加上了练习与讨论，以帮助读者抓住泰语语法的重点、难点，启发学生思考，并训练学生梳理所学内容的能力。

二、原著第一章"概述"改为"泰语概述和关于语法的基本概念"，内容上做了较多的扩展，重点介绍泰语语言发展史、泰语与其他语言的关系、泰语语音、语素、词、构词法等内容，以帮助读者从语言学的角度系统、完整地把握有关泰语语法的基础知识，为后面的章节做好铺垫。

三、对书中内容的文字表述做了较大的调整补充，替换了个别泰语例句。

四、旧版《泰语语法新编》在 office 系统和方正系统转换过程中造成了若干文字丢失和符号错乱，乱码和文字缺漏给使用者造成了相当多的困惑和不便，本书修正了旧版正文内容中的多处文字失误，弥补了旧版的缺憾。

五、泰语和相关语言的研究最近十几年有了长足的进步，修订过程中参考和吸收了近年国内外新出版的关于泰语和其他台语支语言的相关研究成果，后附参考文献的中文、泰文、英文部分均做了必要的补充。

六、书后附有泰语传统语法、泰语结构语法、泰语转换生成语法三部代表性著作的内容介绍，供读者参阅。

本书撰写分工如下：

裴晓睿：第二、三、四、五章，附录1、2、3

薄文泽：第一章，各章思考与练习

本书的修订得到北京大学教务部和北京大学诗琳通泰学讲席项目的大力支持，北京大学出版社的杜若明编审持续推动，兰婷副编审在编辑上费力甚多。特此致谢。

作者
2016年5月于北京大学

目 录

第一章 泰语概述和关于语法的基本概念
（ความรู้ทั่วไปเกี่ยวกับภาษาไทยและไวยากรณ์ไทย）……………1
  1.1 泰语概述（ความรู้ทั่วไปเกี่ยวกับภาษาไทย）………………1
  1.2 关于语法的基本概念（ความรู้ทั่วไปเกี่ยวกับไวยากรณ์ไทย）… 16

第二章 词法（วจีวิภาค）………………………………………… 20
  2.1 泰语词汇的概貌（ลักษณะทั่วไปของระบบคำภาษาไทย）…… 20
  2.2 音节、语素和词（พยางค์ หน่วยคำและ คำ）……………… 21
  2.3 构词法（วิธีการสร้างคำ）……………………………………… 23

第三章 词类（ชนิดของคำ）……………………………………… 36
  3.1 名词（คำนาม）………………………………………………… 37
  3.2 时间词（คำบอกเวลา）………………………………………… 39
  3.3 方位词（คำบอกทิศทาง）……………………………………… 41
  3.4 数词（คำบอกจำนวน）………………………………………… 43
  3.5 量词（คำลักษณนาม）………………………………………… 51
  3.6 代词（คำแทน）………………………………………………… 62
  3.7 动词（คำกริยา）………………………………………………… 74
  3.8 形容词（คำคุณศัพท์）………………………………………… 83
  3.9 副词（คำกริยาวิเศษณ์）………………………………………… 91

3.10 介词（คำบุพบท）·· 96

3.11 结构助词（คำเชื่อมสัมพันธ์）···························· 102

3.12 连词（คำเชื่อม）·· 108

3.13 叹词（คำอุทาน）·· 119

3.14 语气词（คำเสริมบอกมาลา สถานภาพและคำขานรับ）········ 123

第四章 句法结构（โครงสร้างประโยค）···················· 131

4.1 主谓结构（หน่วยประธานกับหน่วยแสดง）················ 132

4.2 述宾结构（หน่วยกริยากับหน่วยกรรม）·················· 137

4.3 主从结构（หน่วยหลักกับหน่วยขยาย）·················· 148

4.4 联合结构（หน่วยรวม）································ 160

4.5 连谓结构（หน่วยกริยาซ้อน）·························· 165

4.6 泰语的语序（ระเบียบคำในภาษาไทย）···················· 173

第五章 句子和句子分析（ประโยคและการวิเคราะห์ประโยค）···· 176

5.1 句子（ประโยค）······································ 176

5.2 怎样分析句子（การวิเคราะห์ประโยค）·················· 177

5.3 句子的结构分类（ชนิดของประโยค）···················· 178

5.4 简单句（ประโยคสามัญ）······························ 178

5.5 复合句（ประโยคผสม）································ 183

5.6 包孕句（ประโยคซับซ้อน）···························· 192

5.7 混合句（ประโยคระคน）······························ 199

附录 1 泰语传统语法·· 204

附录 2 泰语结构语法·· 240

附录 3 泰语转换生成语法······································ 267

主要参考文献·· 276

第一章 泰语概述和关于语法的基本概念
（ความรู้ทั่วไปเกี่ยวกับภาษาไทยและไวยากรณ์ไทย）

1.1 泰语概述（ความรู้ทั่วไปเกี่ยวกับภาษาไทย）

泰语（Thai，ภาษาไทย）是泰国主体民族使用的语言，在泰王国境内大部分地区使用，是泰国的官方语言，在马来西亚北部、缅甸北部也有零星分布。

泰语分为中部、北部、东北和南部四种方言，其中中部、南部方言的使用者自称为 Thai，而北部方言的使用者自称为 Tai，前者声母送气，后者不送气，是同一个称谓在不同方言中的不同读法。北部方言又被研究者归入"台语（Tai）"，而东北方言的使用者自称 Lao，实际上也是老挝语的一种方言。这几种方言的使用者都承认中部泰语是泰国的通用语。

使用中部泰语（Central Thai）的人口只有两千多万。但是以它为交际语言的人口超过五千万。随着东南亚地区经济贸易活跃度的提高，泰语的使用人口也在增加。

一般认为，泰语属于侗台语族，跟老挝语、傣语、掸语、阿含语（Ahom，印度阿萨姆地区已经消亡的语言）、壮语、布依语、侗语等关系密切。至于这个语言集团跟汉藏语系的汉语、藏语是否有发生学的关系，学术界尚未取得一致意见。

泰文的历史始于 13 世纪，一般认为是素可泰王朝的三世王兰甘亨创制推行的。主要依据是兰甘亨碑铭的记载："该泰文由兰甘亨国王创造，此前并无此种泰文。”

泰文可能是在高棉文、孟文的影响下产生的（主要是前者）。公元 13 世纪以前，孟人和高棉人在中南半岛的势力很强，他们受印度文化影响，较早接受了印度的婆罗米——天城体字母体系作为自己语言的书写工具，泰文借用了这一字母体系，但根据自己语言的特点增加了一些字母和符号，如 ป ต ฮ ฟ ฝ ใ 都是梵文、巴利文字母表没有而泰文系文字增添的字母和符号，声调记录的方式也属于泰文系文字的创新。

从语言形态来看，泰语是孤立语，缺乏严格意义上的形态变化。在句法结构中，主要靠词序、虚词等语法手段表现词与词的关系或其他语法作用。在这一点上，它与汉语、傣语、壮语、苗语、彝语等具有相同特点。

泰文是拼音文字，属于音位字母文字，也就是说，它的每个字母都代表一个音位。但是每一个音位在不同条件下可能会有多种表达方式。所以泰文系统的字母、符号数量大大多于实际音位数量。

现代泰语的语音系统如下：

辅音系统

泰语有 21 个单辅音，这 21 个单辅音都可以出现在音节的起首位置，其中有些辅音可以跟别的辅音组合成复辅音。可以充当复辅音前一成分的都是塞音，即双唇、舌尖、舌根塞音，充当复辅音后一成分的都是通音，有-r、-l、-w 3 个，这样组成的复辅音有 11 个。

	清不送气	清送气	浊	鼻音	清擦	流音
双唇/唇齿	p	ph	b	m	f	w
	ป	ผพภ	บ	ม	ฝฟ	ว
舌尖前					s	r
					สศษซ	ร

舌尖中	t	th	d	n	l
	ตฏ	ถฐทฑฒ	ดฎ	นณ	ลฬ
舌面前	tɕ	tɕh			j
	จ	ฉช			ยญ
舌面后	k	kh	ŋ		
（舌根）	ก	ขคฆ	ง		
声门	ʔ				h
	อ				หฮ
复合辅音	pr	phr			
	ปร	พร			
	tr				
	ตร				
	kr	khr			
	กร	คร			
	pl	phl			
	ปล	ผล พล			
	kl	khl			
	กล	ขล คล			
唇化音	kw	khw			
	กว	ขว คว			

上面的辅音表中，จ、ฉ 的摩擦部分都非常轻微，所以也有些学者认为它们是舌面塞音。

例词：

p　ป้า [pa³] 大姑妈（父亲之姐）　　ปาน[pa:n¹] 斑

ph　ผา [pha⁵] 岩石　　ผี [phi⁵] 鬼

b	บ้า [ba³] 疯		บ่อ [bɔ²] 井
m	มา [ma¹] 来		หมา [ma⁵] 狗
f	ฝา [fa⁵] 盖子		ฟ้า [fa⁴] 天
w	หวาย [wa:i⁵] 藤		หวี [wi⁵] 梳子
t	ตา [ta¹] 眼睛		ตาย [ta:i¹] 死
th	ทา [tha¹] 涂		ไทย [thai¹] 泰国
d	ดู [du¹] 看		ดี [di¹] 好
n	นา [na¹] 田		หน้า [na³] 脸
l	ลาย [la:i¹] 花纹		หลาย [la:i⁵] 好多
tɕ	ใจ [tɕai¹] 心		เจียง [tɕiaŋ¹] 正（月）
tɕh	ใช้ [tɕhai⁴] 使用		ชาย [tɕha:i¹] 男
s	สาม [sa:m⁵] 三		เสื้อ [sɯa³] 衣服
j	ใหญ่ [jai²] 大		ยา [ja¹] 药
r	ร้อน [rɔn⁴] 热		รู [ru¹] 孔洞
k	กา [ka¹] 乌鸦		กู [ku¹] 我（俗称）
kh	ขา [kha⁵] 腿		คา [kha¹] 茅草
ŋ	งา [ŋa¹] 獠牙		งู [ŋu¹] 蛇
ʔ	อา [ʔa¹] 叔叔		อาน [ʔa:n¹] 鞍子
h	หา [ha⁵] 找		ห้า [ha³] 五
pr	ปราบ [pra:p²] 剿灭		แปรง [prɛŋ¹] 刷子
phr	พร้า [phra⁴] 大刀		พระ [phraʔ⁴] 和尚
pl	ปลา [pla¹] 鱼		เปลี่ยน [plian²] 变
phl	พลู [phlu¹] 蒌叶		พลอย [phlɔi¹] 珠宝
tr	ตรา [tra¹] 印章		ตรู่ [tru²] 凌晨
kr	กราบ [kra:p²] 拜		กรุง [kruŋ¹] 京城

khr　คราม [khra:m^{1}] 靛蓝	ครู [khru^{1}] 老师
kl　กล้า [kla] 秧苗	กลิ่น [klin^{2}] 味道
khl　คลาน [khla:n^{1}] 爬	คลาย [khla:i^{1}] 缓和
kw　กวา [kwa^{1}] 瓜	กว่า [kwa^{2}] 过
khw　ขวา [khwa^{5}]右	ควาย [khwa: i^{1}] 水牛

元音-尾音系统

泰语的元音系统里包括 9 个单元音， a、ε、e、i、ɯ、ə、u、o、ɔ，另外还有 3 个复合元音 i:a、u:a、ɯ:a。这 9 个单元音都可以单独与辅音拼合，并且可以跟其他元音音素组合构成复合元音。3 个复合元音 i:a、u:a、ɯ:a，跟单元音一样可以跟其他音素组合，构成复合元音（三合元音）。

一般的说法是 9 个单元音在跟其他音素组合构成复合元音或“元音-尾音”结构时，都分长短，即同一个元音跟同一个尾音组合，仅仅因为主要元音长短不同，就构成不同的语音组合。因此泰语的元音+尾音语音组合数量繁多。实际上，9 个单元音中，只有 6 个元音不同程度地存在长短的对立，ε、ɔ 和 ə 只有习惯性的长短，没有长短音的对立。

复合元音中的第一个元音都是主要元音，充当复合元音末音的元音音素有-i、-u，辅音音素有-m、-n、-ŋ、-p、-t、-k、-ˀ。

泰语的元音-尾音组合如下所示：

元音	-i 尾	-u 尾	-m 尾	-n 尾	-ŋ 尾	-p 尾	-t 尾	-k 尾	-ˀ尾
a	a:i	a:u	a:m	a:n	a:ŋ	a:p	a:t	a:k	
	ai	au	am	an	aŋ	ap	at	ak	aˀ
ε		ε:u	ε:m	ε:n	ε:ŋ	ε:p	ε:t	ε:k	
					(εŋ)				εˀ
e		e:u	e:m	e:n	e:ŋ	e:p	e:t	e:k	
		eu	em	en	eŋ	ep	et	ek	eˀ

i			i:m	i:n	i:p	i:t	i:k		
		iu	im	in	iŋ	ip	it	ik	iˀ
ɯ			ɯ:m	ɯ:n		ɯ:p	ɯ:t	ɯ:k	
					ɯŋ	ɯp	ɯt	ɯk	ɯˀ
u	ui		u:m	u:n	u:ŋ	u:p	u:t	u:k	
			um	un	uŋ	up	ut	uk	uˀ
o	o:i		o:m	o:n	o:ŋ	o:p	o:t	o:k	
			om	on	oŋ	op	ot	ok	oˀ
ɔ	ɔ:i		ɔ:m	ɔ:n	ɔ:ŋ	ɔ:p	ɔ:t	ɔ:k	ɔˀ
ə	ə:i		ə:m	ə:n	ə:ŋ	ə:p	ə:t	ə:k	əˀ
i:a		i:au	i:am	i:an	i:aŋ	i:ap	i:at	i:ak	iaˀ
ɯ:a	ɯ:ai		ɯ:am	ɯ:an	ɯ:aŋ	ɯ:ap	ɯ:at	ɯ:ak	ɯaˀ
u:a	u:ai		u:am	u:an	u:aŋ	u:ap	u:at	u:ak	uaˀ

ɛ、ɔ、ə、i:a、ɯ:a、u:a 这 6 个元音除了单独作为短元音带-ˀ尾时音程较短外，在其他场合都读作长元音，因此，在下文里除非必要，我们不再标出这几个元音的长音符号，以节省篇幅。

例词：

a	ปลา [pla^{1}] 鱼	ตา [ta^{1}] 眼睛
a:i	อาย [ʔa:i^{1}] 羞愧	ขาย [kha:i^{5}] 卖
ai	ไอ [ai^{1}] 咳嗽	ไป [pai^{1}] 去
a:u	ดาว [da:u^{1}] 星星	หนาว [na:u^{5}] 冷
au	เอา [ʔau^{1}] 要	เตา [tau^{1}] 炉子
a:m	สาม [sa:m^{5}] 三	ถาม [tha:m^{5}] 问
am	ต่ำ [tam^{2}] 低矮	คำ [kham^{1}] 金子
a:n	อาน[ʔa:n^{1}] 马鞍	นาน [na:n^{1}] 长久

an	อัน [ʔan^1] 个（泛量词）	ฟัน [fan^1] 牙齿
a:ŋ	กลาง [kla:ŋ^1] 中间	ยาง [ja:ŋ^1] 树浆
aŋ	ฟัง [faŋ^1] 听	หนัง [naŋ^5] 皮肤
a:p	อาบ [ʔa:p^2] 洗澡	กาบ [ka:p^2]（植物）外皮
ap	ตับ [tap^2] 肝	หลับ [lap^2] 睡着
a:t	ขาด [kha:t^2] 断	หาด [ha:t^2] 沙滩
at	กัด [kat^2] 咬	หัด [hat^2] 练习
a:k	ตาก [ta:k^2] 晒，淋	มาก [ma:k^3] 多
ak	พัก [phak^4] 休息	ตัก [tak^2] 舀（水）
aˀ	สระ[saˀ^2] 池	ละ [laˀ^4] 每
ɛ	แม่ [mɛ^3] 母亲	แห [hɛ^5] 渔网
ɛu	แมว [mɛu^1] 猫	แถว [thɛu^5] 排
ɛm	แต้ม [tɛm^3] 点	แก้ม [kɛm^3] 面颊
ɛn	แขน [khɛn^5] 胳膊	แสน [sɛn^5] 十万
ɛŋ	แห้ง [hɛŋ^3] 干燥	แข็ง [khɛŋ^5] 硬
ɛp	แอบ [ʔɛp^2] 偷偷地	แคบ [khɛp^3] 狭窄
ɛt	แปด [pɛt^2] 八	แรด [rɛt^3] 犀牛
ɛk	แอก [ʔɛk^2] 牛轭	แขก [khɛk^2] 客人
ɛˀ	และ [lɛˀ^4] 和	แพะ[phɛˀ^4] 山羊
e	เท [the^1] 斟	เก [ke^1] 歪斜
eu	เลว [leu^1] 坏	เอว [ʔeu^1] 腰
e:m	เล่ม [le:m^3] 本（书的量词）	เม้ม [me:m^4] 抿（嘴唇）
em	เต็ม [tem^1] 满	เค็ม [khem^1] 咸
e:n	เอน [ʔe:n^1] 倾斜	เต้น [te:n^3] 跳
en	เอ็น [ʔen^1] 筋	เห็น [hen^5] 看见

e:ŋ	เก่ง [ke:ŋ²] 能干	เอง [ʔe:ŋ¹] 自己	
eŋ	เอ็ง [ʔeŋ¹] 你（俗称）	เล็ง [leŋ¹] 瞄准	
e:p	เทพ [the:p³] 天神	เสพ [se:p²] 嗜食	
ep	เล็บ [lep⁴] 指甲	เก็บ [kep²] 收拾	
e:t	เขต [khe:t²] 区	เหตุ [he:t²] 原因	
et	เอ็ด [ʔet²] 一（用于位数后的个位）	เช็ด [tɕhet⁴] 擦	
e:k	เอก [ʔe:k²] 第一	เมฆ [me:k³] 云	
ek	เล็ก [lek⁴] 小	เด็ก [dek²] 小孩	
eʔ	เตะ [teʔ²] 踢	เละ [leʔ⁴] 烂	
i	ตี [ti¹] 打	ปี [pi¹] 年，岁	
iu	ผิว [phiu⁵] 皮肤	นิ้ว [niu⁴] 手指	
i:m	คีม [khi:m¹] 钳子，镊子	ทีม [thi:m¹] 队	
im	อิ่ม [ʔim²] 饱	พิมพ์ [phim¹] 印刷	
i:n	ตีน [ti:n¹] 脚	ปีน [pi:n¹] 攀爬	
in	บิน [bin¹] 飞	กิน [kin¹] 吃	
iŋ	มิ่ง [miŋ³] 吉，魂魄	สิ่ง [siŋ²] 东西	
i:p	กีบ [ki:p²] 马蹄	ลีบ [li:p³] 瘪，秕	
ip	สิบ [sip²] 十	หยิบ [jip²] 拿取	
i:t	กีด [ki:t²] 妨碍	รีด [ri:t³] 熨，挤压	
it	ปิด [pit²] 关	ติด [tit²] 粘	
i:k	อีก [ʔi:k²] 再，又	หลีก [li:k²] 躲避	
ik	ดิก [dik²] 摇动	กระติก [kra² tik²] 水壶	
iʔ	ผิ [phiʔ²] 如果	ติ [tiʔ²] 指责	
ɯ	มือ [mɯ¹] 手	ซื่อ [sɯ³] 直率	

ɯ:m	ดื่ม [dɯ:m^{2}] 喝	ลืม [lɯ:m^{1}] 忘记
ɯm	ครึ้ม [khrɯm^{4}]（天）阴	ซึม [sɯm^{1}] 渗透
ɯ:n	คืน [khɯ:n^{1}] 夜里	ลื่น [lɯ:n^{3}] 滑
ɯn	ขึ้น [khɯn^{3}] 上	มึน [mɯn^{1}] 晕
ɯŋ	ถึง [thɯŋ^{5}] 到	ครึ่ง [khrɯŋ^{3}] 半
ɯ:p	คืบ [khɯ:p^{3}] 进展，拃	สืบ [sɯ:p^{2}] 继承
ɯp	ทึบ [thɯp^{4}] 密闭	
ɯ:t	มืด [mɯ:t^{3}] 暗	พืช [phɯ:t^{3}] 植物
ɯt	ยึด[jɯt^{4}] 占领	
ɯk	ดึก [dɯk^{2}] 深夜	ลึก[lɯk^{4}] 深
u	ปู [pu^{1}] 螃蟹	หู [hu^{5}] 耳朵
ui	คุย [khui^{1}] 聊天	ปุ๋ย [pui^{5}] 肥料
u:m	ตูม [tu:m^{1}] 咕咚	ภูมิ [phu:m^{1}] 土地
um	อุ้ม [ʔum^{3}] 抱	มุม [mum^{1}] 角落
u:n	คูณ [khu:n^{1}] 乘	ปูน [pu:n^{1}] 石灰
un	อุ่น [ʔun^{2}] 温暖	ฝุ่น [fun^{2}] 尘土
u:ŋ	สูง [su:ŋ^{5}] 高	จูง [tɕu:ŋ^{1}] 牵
uŋ	กุ้ง [kuŋ^{3}] 虾	ถุง[thuŋ^{5}] 口袋
u:p	ลูบ [lu:p^{3}] 抚摸	สูบ [su:p^{2}] 吸吮
up	ทุบ [thup^{4}] 击打	
u:t	ขูด [khu:t^{2}] 刮削	รูด [ru:t^{3}] 捋
ut	จุด [tɕut^{2}] 点	มุด [mut^{4}] 钻
u:k	ลูก[lu:k^{3}] 儿女	ถูก [thu:k^{2}] 便宜
uk	ลุก[luk^{4}] 起	สุก [suk^{2}] 熟
u^{ʔ}	ดุ [du^{ʔ2}] 凶	พุ [phu^{ʔ4}] 喷射

o	โต [to^{1}] 大	โผ่ [pho^{2}] 猛扑
o:i	โบย [bo:i^{1}] 抽打	โกย[ko:i^{1}] 扒
o:m	โจม [tɕo:m^{1}] 冲，撞	โสม [so:m^{5}] 人参
om	ผม [phom^{5}] 头发	ลม [lom^{1}] 风
o:n	โคน [kho:n^{1}] 树桩	โกน [ko:n^{1}] 剃（发）
on	คน [khon^{1}] 人	ฝน [fon^{5}] 雨
o:ŋ	โรง [ro:ŋ^{1}] 厂房，屋舍	โมง [mo:ŋ^{1}] 钟点
oŋ	ดง [doŋ^{1}] 丛林	ส่ง [soŋ^{2}] 送
o:p	โฉบ [tɕho:p^{2}] （鸟）飞掠	โลภ [lo:p^{3}] 贪心
op	กบ [kop^{2}] 青蛙	อบ [ʔop^{2}] 烘烤
o:t	โหด [ho: t^{2}] 凶残	โปรด [pro:t^{2}] 喜爱的
ot	อด [ʔot^{2}] 忍耐	หมด [mot^{2}] 光，尽
o:k	โชค [tɕho:k] 运气	โลก [lo:k^{3}] 世界
ok	อก [ʔok^{2}] 胸	ตก [tok^{2}] 掉落
o^{ʔ}	โต๊ะ [to^{ʔ4}]桌子	โปะ [po^{ʔ2}] 敷，涂
ɔ	คอ [khɔ^{1}] 脖子	หมอ [mɔ^{5}] 医生
ɔi	ลอย [lɔi^{1}] 漂浮	ถอย [thɔi^{5}] 退
ɔm	ออม [ʔɔm^{1}] 积攒	ผอม [phɔm^{5}] 瘦
ɔn	อ่อน [ʔɔn^{2}] 软	สอน [sɔn^{5}] 教
ɔŋ	สอง [sɔŋ^{5}] 二	มอง [mɔŋ^{1}] 望
ɔp	สอบ [sɔp^{2}] 考试	ตอบ [tɔp^{2}] 答
ɔt	ปอด [pɔt^{2}] 肺	ถอด [thɔt^{2}] 脱
ɔk	ออก [ʔɔk^{2}] 出	นอก [nɔk^{3}] 外面
ɔ^{ʔ}	เกาะ [kɔ^{ʔ2}] 岛屿	เพาะ [phɔ^{ʔ4}] 种植
ə	เธอ [thə^{1}] 你，她，他	เจอ [tɕə^{1}] 遇见

第一章 泰语概述和关于语法的基本概念　11

əi	เขย [khəi^5] 婿		เนย [nəi^1] 牛油	
əm	เติม [təm^1] 添加		เริ่ม [rəm^3] 开始	
ən	เดิน [dən^1] 走		เนิน [nən^1] 小丘	
əŋ	เพิ่ง [phəŋ^3] 刚刚		เริง [rəŋ^1] 欢快	
əp	เอิบ [əp^2] 渗		เติบ [təp^2] 长大	
ət	เกิด [kət^2] 出生		เปิด [pət^2] 打开	
ək	เลิก [lək^3] 停止		เบิก [bək^2] 开，提取	
əʔ	เยอะ [jəʔ^4] 多		เลอะเทอะ [ləʔ^4 thəʔ^4] 邋遢	
ia	เมีย [mia^1] 妻，雌		เลีย [lia^1] 舔	
iau	เหลียว [liau^5] 回头		เที่ยว [thiau^3] 玩	
iam	เปี่ยม [piam^2] 满		เยี่ยม [jiam^3] 访	
ian	เขียน [khian^5] 写		เปลี่ยน [plian^2] 变	
iaŋ	เลี้ยง [liaŋ^4] 养		เสียง [siaŋ^5] 声音	
iap	เสียบ [siap^2] 插		เทียบ [thiap^3] 比，靠（岸）	
iat	เขียด [khiat^2] 浮蛙		เบียด [biat^2] 挤	
iak	เรียก [riak^3] 叫，召唤		เปียก [piak^2] 湿	
ɯa	เกลือ [klɯa^1] 盐		เนื้อ [nɯa^4] 肉	
ɯai	เดือย [dɯai^1] 鸡距		เมื่อย [mɯai^3] 酸痛，疲劳	
ɯam	เสื่อม [sɯam^2] 衰败		เหลือม [lɯam^5] 蟒蛇	
ɯan	เพื่อน [phɯan^3] 伙伴		เดือน [dɯan^1] 月	
ɯaŋ	เมือง [mɯaŋ^1] 城，国		เหลือง [lɯaŋ^5] 黄色	
ɯap	เกือบ [kɯap^2] 几乎		เหลือบ [lɯap^2] 瞟，牛虻	
ɯat	เลือด [lɯat^3] 血		เรือด [rɯat^3] 臭虫	
ɯak	เกือก [kɯak^2] 木屐		เลือก [lɯak^3] 选择	
ua	กลัว [klua^1] 怕		ตัว [tua^1] 自身，只（量）	

uai	มวย [muai^{1}] 拳	ถ้วย [thuai^{3}] 杯子
uam	บวม [buam^{1}] 肿	ร่วม [ruam^{3}] 参加，联合
uan	สวน [suan^{5}] 园子	ควร [khuan^{1}] 应该
uaŋ	ง่วง [ŋuaŋ^{3}] 睏	หวง [huaŋ^{5}] 珍惜 吝惜
uap	บวบ [buap^{2}] 丝瓜	ควบ [khuap^{3}] 驱使，合并
uat	ทวด [thuat^{3}] 曾祖	ลวด [luat^{3}] 金属丝
uak	บวก [buak^{2}] 加	ลวก [luak^{2}] 灼，焯
uaˀ	อั๊วะ[ʔuaˀ^{4}] 我	

元音系统的读音和分布特点：

（1）复合元音全部是前响的，不管是二合还是三合元音，最响的都是第一个音素。带尾音的复合元音也是如此。

（2）充当复合元音尾音的有前元音-i 和后元音-u，在单元音组合成复合元音时，前元音只跟后元音尾音-u 组合，后元音只跟前元音尾音-i 组合；央元音 a:- a-跟两个元音尾音都可以组合。

（3）充当辅音性尾音的有鼻塞音-m、-n、-ŋ 和口塞音-p、-t、-k、-ˀ，其中-ˀ尾音只出现在短元音音节中。其他尾音在长、短元音音节中都可以出现。

声调系统

泰语的音节根据音节里有没有尾音和尾音的类型可以分为开音节（คำเป็น）和闭音节（คำตาย），以-p、-t、-k 和-ˀ结尾的音节属于闭音节，这些音节收音部分不能延长；以元音和鼻音结尾的音节属于开音节，开音节的收音部分可以延长。开音节和闭音节都有声调区别，开音节有 5 个声调，闭音节有 3 个声调，闭音节的 3 个声调跟开音节的相应的声调大致相同，把它们区分开来是因为闭音节在文字上都不标调，它们跟声调的拼合规律与开音节不同。

声调表如下所示：

调类	调形与调值	开音节	闭音节
1	˧^{33}	ตา ta^{1} 眼睛　มา ma^{1} 来	
2	˨^{22}	ป่า pa^{2} 荒野　กว่า kwa^{2} 过	ปาก pa:k^{2} 嘴　กัด kat^{2} 咬
3	˥˩^{41}	ป้า pa^{3} 大姑妈　ห้า ha^{3} 五	ภาค pha:k^{3} 部分
4	˦˥˧^{453}	ม้า ma^{4} 马　ฟ้า fa^{4} 天	พัก phak^{4} 休息
5	˨˦^{24}	หมา ma^{5} 狗　ขา kha^{5} 腿	

声调的读音和分布特点

开音节中，各个调类里长短元音都可以出现，第一调的声母都是中辅音或低辅音，均不标调；第二调的声母是中辅音和高辅音，均标ไม้เอก(-่)；第三调的声母各类辅音都有，但中、高辅音与低辅音音节标调不一样，中、高辅音音节标 ไม้โท(-้)，低辅音音节标 ไม้เอก(-่)；第四调的声母是低辅音，标 ไม้โท(-้) ；如果声母是中辅音，则标 ไม้ตรี(-๊)；第五调绝大多数词声母是高辅音，不标调，如果声母是中辅音则标 ไม้จัตวา(-๋)。闭音节只有三个调，其中，第二调声母都是中辅音或高辅音，元音长短不限；第三调、第四调声母都是低辅音，其中第三调只出现于长元音音节，第四调只出现于短元音音节。

闭音节第四调的音高跟舒声音节稍有区别，因为这类闭音节元音都是短的，所以读成高平调˥^{55} ，而没有舒声音节的曲折。

音节的组成规律

音节由"起首辅音+元音（+尾音）+声调"三部分构成，每个音节都具备上述三个要素。起首辅音由一至两个辅音组成，元音可以是单元音，也可以是复合元音。

起首辅音：单辅音或复辅音

元音：主要元音（单元音或复合元音）（+元音尾音或辅音尾音）

声调：5个，声调是附着在整个音节上的，与整个音节延续始终。

语音学上把元音、辅音及其组合这样在时间上可以延续的语音流称为音段或音段音位，而把声调这样附着在别的音段之上，本身不单独占用任何时间线条的语音单位称为超音段音位。声调是人类语言发展过程中简约原则（省力原则）的重要体现。有声调的语言主要分布在亚洲和非洲，欧洲语言里只有瑞典语是有习惯性声调的，但习惯性声调没有区分意义的作用。

泰语音节的组合

最简单的音节由三个组成部分构成：单辅音+单元音+声调：พา ผ่า ผ้า ม้า ผา。泰语里除语气词、拟声拟态词外，没有元音起头的音节。

泰语音节组合形式

{[辅音1（+辅音2）]+[单元音或复合元音-a]+(尾音-i/-u/-m/-n/-ŋ/-p/-t/-k)}+声调

ปา ป่า ป้า เปีย ไป เป่า ป้าย ปาน เปียก เปลือก กลวง ไกล ใกล้ เปรียบ นัก ดับ เจ็ด

语言里音节的数目是有限的，音节与意义结合构成语素，语素的数目跟音节数相比会有较大的增加，因为有的音节可以附着多个意义，组合成多个语素，例如：คา หนู ผม。有的语素由多个音节加上一个意义构成，如 สะอาด สว่าง เมล็ด。

语素组合成词虽然数目庞大，但是在一个特定历史时期一般都能够大致罗列。而词组合成的句子则是无穷无尽的。

所以，学习一种语言，尤其是外语，通过学习语法掌握语言单位由小到大的组合规则，是提高语言表达能力的重要手段。

连读音变

两个音节连读，其中一个音节由于受另一个音节某一成分的影响而发生变化，称为连读音变。

泰语的连读音变有多种类型，下面举例说明：

（1）第一个音节是短元音的连读音节中的连读音变：由于短元音都是带有喉塞音尾音-ʔ的，所以它与中、高辅音相拼时应该读第二调，与低辅音相拼时应该读第四调，但是在实际读音上，由于短元音音节在多音节词里常处于前音节位置，大部分本身没有词汇意义的短元音音节处于这一位置时，元音弱化，尾音脱落，读作中平调 33。例如：

ประตู　$pra^{ʔ2}tu^{1} \rightarrow pra^{1}tu^{1}$　门

กระเป๋า　$kra^{ʔ2}pau^{5} \rightarrow kra^{1}pau^{5}$　包

（2）同音重叠中的连读音变：同音重叠组成派生词时，前面的音节读得短而轻，后音节读得长而重，如：

ง่าย ๆ　เรียบ ๆ　สวย ๆ　เช้า ๆ　ดี ๆ　ช้า ๆ

เบา ๆ　สั้น ๆ　เมา ๆ　หนัก ๆ　ขำ ๆ

1.2 关于语法的基本概念（ความรู้ทั่วไปเกี่ยวกับไวยากรณ์ไทย）

1.2.1 什么是语法

语法是语言学的一个分支，研究特定语言中存在的各种成分及这些成分由小到大组成句子的手段和规则，以及词在句中的功能和关系。包含词的构词、构形的规则和组词成句的规则。

语法有两个含义，一指语法结构规律本身，即语法事实。一指语法学，是探索并描写语法结构的科学，是语法学者对客观存在的语法体系的认识和说明。语法事实本身没有分歧，但由于语法学者占有的材料、观察角度、分析方法不一致，语法学体系是有分歧的。

语法包括词法和句法两部分。词法主要是指词的构成，变化和分类规律。句法主要是指词组和句子等语法单位的构成和变化规则。

1.2.2 泰语的主要语法特点

泰语跟汉语一样，属于孤立语，词语在组成句子的时候没有形态变化，主要靠词序（word order，ระเบียบของคำ）和虚词（grammatical words，คำไม่แท้）作为语法意义的主要表达手段。

泰语的基本语序为"主语+谓语动词+宾语"的结构。

名词的修饰语位于被修饰语之后，动词性成分的修饰语多位于动词性成分之后，少数位于动词性成分之前。

1.2.3 泰语的系属分类

泰语属于侗台语族（Kam-Tai Family），台语支（Tai Branch），与它最接近的语言是老挝语、傣语，壮语、布依语次之。

第一章　泰语概述和关于语法的基本概念

侗台语族

台语支	泰，老挝，傣，掸，壮，布依，阿含等
侗水语支	侗，水，仫佬，毛南，莫，拉珈，佯僙等
黎语支	黎，村话等
仡央语支	仡佬，布央，拉基等

侗台语族的上位归属至今未定，存在如下假说

（1）汉藏语系说，认为侗台语族是跟汉语、藏缅语族、苗瑶语族并列的一个语族，跟汉语有发生学关系。

（2）南岛语系说，认为侗台语族跟汉语的共同词都是语言接触产生的结果，其基本词汇应与以印度尼西亚语为代表的南岛语同源。

（3）汉藏、南岛本是一家。侗台语是其中的一个成员。

现在可以肯定的是，侗台语里存在大量汉语借词。但是有些词语跟汉语有关系，其关系可以追溯的时代由于过于久远，很难确认是借词还是同源词。因此，侗台语跟汉语的同源关系，虽然不能肯定，却也很难断然否定。

1.2.4 研究状况

西方学者从 18 世纪就开始注意到泰语，编写了一些学习泰语的教科书。以语言学方法对泰语进行研究，始于 20 世纪初叶，西方一些印度学家对泰语的字母系统进行了初步的探讨，对照缅文、藏文确定了泰文系出天城体字母，属于巴利文系统。

以现代语言学方法研究泰语的语言系统，始于著名语言学家李方桂。李方桂 1928 年回国后，任中央研究院历史语言研究所研究员，从 30 年代初起，他就把研究重点放在分布在中国南部的侗台语言上，为此他特意赴暹罗半年，考察其语言文字。回国后结合壮、水、莫等语言的调查，撰写了大量研究文章。其中有相当部分涉及泰语，他第一次提出了台语的内部分类，指出泰语跟老挝语、傣语、白傣语（在越南）、阿含语（Ahom，在印度阿萨姆邦）等有密切关系。

李方桂晚年培养了一批泰语学者，其中一些人后来成为泰国语言研究的骨干力量。

美国的 Mary Haas 于第二次世界大战期间成为第一个以语言学方法研究、教授泰语的西方语言学家，她编写了大量泰语教材，并且对语言教学提出了系统的主张。她的研究影响了美国李方桂弟子以外的许多泰语专家。

William Gedney 第二次世界大战以后长驻泰国，后来成了泰语研究专家，他的博士论文 *Indic Words in Thai* 至今仍是泰语中的印度语言借词研究的必读书目。他后来调查、记录了大量台语方言材料，对台语分类提出了自己的见解。

丹麦学者 Søren Egerod 致力于泰语的语音与方言研究，是有重大影响的语言学家。

从 20 世纪六七十年代起，澳大利亚国立大学的东南亚语言学系列书系公布了大量东南亚语言调查与研究成果，其中就包括泰语的研究。

1967 年以来的国际汉藏语会议一直设有侗台语族讨论单元，其中相当一部分论文是讨论泰语的。

我国学者对台语的研究注重国内语言的调查、记录与整理，以前较少涉及泰语、老挝语。

泰语语法的研究，虽然有学者做了筚路蓝缕的工作，但随着以泰语为第二或第三语言学习的人逐渐增多，对其语法整体系统的认识还有不断深入探讨的必要。

思考与练习

1. 泰语里有多少个元音，多少个辅音？
2. "泰语元音分长短"有什么限制条件？元音长短的区别在学习中有什么用处？
3. 泰语音节组合的特点都有哪些？
4. 结合平时的学习，谈谈你理解的泰语里的连读音变。
5. 语法是什么？为什么要学习泰语语法？
6. 语法的基本单位都有哪些？这些单位的关系如何？
7. 泰语语法有什么特点？

第二章　词法（วจีวิภาค）

2.1 泰语词汇的概貌（ลักษณะทั่วไปของระบบคำภาษาไทย）

泰族先民分布在中国南部地区，处于汉语和汉文化的影响之下。后来逐渐西迁到中南半岛北部，与接受印度文化影响的孟族、高棉族等民族杂处并逐渐融合，接受了这些民族的文化。近代汉族大量迁入泰国，西方文明的影响更是持续而深入，这些历史文化现象在词汇系统中都有反映。

泰语词汇的来源

泰族本民族语言词汇与壮、傣等民族语言的共同词汇占了泰语基本词汇的绝大部分。例如：

น้ำ 水，ไฟ 火，ฟ้า 天，ดิน 地，ฝน 雨，นา 田，มือ 手，บ้าน 村庄，ใหญ่ 大，เล็ก 小，หวาน 甜，ดี 好，บิน 飞，เก็บ 拾，ไป 去，มา 来。

来自汉语的词汇分为不同的历史层次

近代粤、闽等省大量人口移徙泰国，带去了当地的方言词汇。由于华人多从事商业和服务业，所以近代汉语方言的词汇也通行于商业、服务业领域，在语音上保持原方言的特点。如：潮州话：เก๊ 假，ก๋วยเตี๋ยว 粿条（米粉），โอ เลี้ยง 乌凉（冰镇黑咖啡），ป้าย 牌，โต๊ะ 桌，ตือ 猪，เต้าหู้

豆腐；客家话：เตาโฟ 豆腐。

来自古代汉语的词汇在语音上保留《切韵》时代甚至更早时期的汉语的特点，突出表现是古代汉语闭音节词的-p，-t，-k 尾音，在泰语里也读闭音节，《切韵》平、上、去三调分别归第一、第五或第三声调（辅音为中辅音、高辅音）；第四或第二、第三声调（辅音为低辅音），开音节词分别跟中古汉语相应的音节对应。如：ดาว 刀，ลา 驴，ชา 茶，ก่าย 架，กว่า 过，ที่ 地、第，สาม 三、เพื่อน 伴（伙伴）、มอง 望、สิบ 十、แปด 八、หก 六等。其中有些词不同时期的历史面貌在泰语里都存在，如 มอด，ม้วย 灭。

来自孟-高棉语（มอญเขมร）的词汇数量较多，如：เดิน 走，ตรวจ 检查，ติ 指责，ฉลอง 庆祝。

来自印度语言的词汇统称为梵巴语（梵语—巴利语 บาลี-สันสกฤต）词汇，多属文化词汇，如：เอก 第一，โท 第二，ตรี 第三，กษัตริย์ 刹帝利（国王），มหา 大，พุทธ 佛陀，ปัญญา 智慧，บิดา 父亲。

此外，近代来自西方国家语言的词汇在现代生活中普遍应用。如：โซฟา（sofa）沙发，โชว์（show）展示，แฟชั่น（fashion）时尚。

本章将分析泰语词汇在组合上的一些特点，上述几种来源的词汇都在分析范围之内。

2.2 音节、语素和词（พยางค์ หน่วยคำและ คำ）

在泰语中，辅音和元音按一定的规则组合，再加上声调就构成了音节。几个音节顺序连在一起，又构成音节的组合。音节和音节组合本身都是没有意义的，不是语言单位。它们与特定的意义结合在一起，才构成语言单位。也就是说，一个被赋予特定意义的语音形式或者一个音义结合体，构成一个语言单位。

语言里最小的有意义的单位是语素，语素是语言里最小的音义结合体。

语素由音节加上意义构成，音节没有意义或者意义不附着在音节上，都构不成语素。语音部分是语素的物质外壳，意义部分是语素的存在价值。

构成语素的物质外壳——音节是语音单位，是语音系统里面最小的组合单位，每个语言里音节的构成方式和规则都是不同的。

语素分为成词语素（หน่วยคำอิสระ）和不成词语素（หน่วยคำไม่อิสระ）。

有的语素可以单独成词。这样的语素是成词语素。例如：

เด็ก วิ่ง สบาย เจรจา ปลา

成词语素并不总是成词的，它还可以跟别的语素组合构成新词。比如"ปลา 鱼"是语素，可以独立运用，表示水栖卵生脊椎动物的总称，可以单独成词；同时又可以跟其他语素组合，指称一些特定的鱼类，成为新的词。例如：ปลากด ปลาทู。

有的语素不能单独成词，这样的语素是不成词语素。

不成词语素永远不能单独成词。例如：นัก-、ชาว-、ผู้-、นิร-、อ-，它们可以跟别的语素组合成为可以独立运用的词。例如：

นักกีฬา ชาวนา นิรภัย ผู้นำ อธรรม

语素又分为单音节语素和多音节语素：只由一个音节组成的语素就是单音节语素。例如：เรียน สวย ตัว น้อง。有的语素由多个音节组成，其中每个音节单独没有意义，组合在一起才有意义，这样构成的语素，是多音节语素。例如：

กำ-เริบ ➝ กำเริบ

พิ-จา-ระ-ณา ➝ พิจารณา

นะ-โย-บาย ⟶ นโยบาย

ปะ-ฐม ⟶ ปฐม

2.3 构词法（วิธีการสร้างคำ）

2.3.1 构词法的基本概念和泰语的词法单位

泰语属于孤立语，单音节的语素数量占多数，很多单音节语素本身可以成词，又可以作为组成成分（语素）构成复合词。

语素构成词的多种方式

（1）语素直接成词：พ่อ แม่ พี่ น้อง วัด ทำ ง่าย ถูก วัน น้ำ สวย ต่าง。

（2）语素不能单独成词：语素本身有意义，但必须跟其他语素组合才能构成词：(ปลา)ไน (ปลา)กด (นัก)เลง。

单音节成词语素、多音节语素单独构成的词（只包含一个语素的词）是单纯词。

เรียน （学）	กำเริบ （发作）
สวย （漂亮、美）	สงคราม （战争）
อาจ （可能）	แจกัน （花瓶）
ตัว （个、只）	พิจารณา （考虑）
น้อง （弟、妹）	ปฐม （初始）
เหนือ （北）	สนทนา （会话）
เจ็ด （七）	นโยบาย （政策）

（3）语素组合构成复合词，不成词语素只有跟别的语素组合在一起才能构成词，成词语素在复合词里其地位只是一个语素，而不是词。如：

หนังสือ ห้องน้ำ สวยงาม ตัวอย่าง น้องสาว ทิศเหนือ สงครามโลก

复合词都是语素按一定的规则组合构成的。这些规则就是构词法。

2.3.2 构词法主要有复合、重叠和派生三种方式
2.3.2.1 复合
两个或多个语素组合构成复合词。构成成分之间有并列、支配、修饰、主谓、补充等关系。跟汉语一样，复合型构词法与句法基本一致，以下是复合词内部语素间的逻辑关系：

并列关系：

เสื้อ + ผ้า → เสื้อผ้า 衣物

ใจ + คอ= → ใจคอ 心肠

หน้า + ตา → หน้าตา

หนุ่ม + สาว → หนุ่มสาว 青年男女

ลูก + หลาน = → ลูกหลาน

เงิน + ทอง → เงินทอง

รวบ + รวม → รวบรวม 收集

ดู + แล → ดูแล

เปรียบ + เทียบ → เปรียบเทียบ

ผ่า + ตัด = ผ่าตัด

สวย + งาม → สวยงาม

ผิด + พลาด → ผิดพลาด

ยาก + จน → ยากจน

เกียจ + คร้าน → เกียจคร้าน

รัก + ใคร่ → รักใคร่

กล้า + หาญ → กล้าหาญ

第二章　词　　法

支配关系：
前一个语素是动词性的，后一个语素是名词性的受事。例如：
ตัดบท　เสียหน้า　ยิงเป้า　หายตัว　ออกกำลังกาย　ไร้เดียงสา　แค้นใจ

修饰关系：
组成一个词的语素，其中一个（些）语素是另一个（些）语素的修饰、限定或补充说明成分。例如：

แม่ม่าย	ปากกา	ดอกไม้	ปลาช่อน
แมวนอนหวด	ไก่อ่อน	เสือกระดาษ	
หัวหน้า	หัวหน้าชั้น	ขวัญข้าว	ซักแห้ง
ตัดขาด	ลาออก	คิดตก	เต็มเพียบ

特殊的修饰、补充关系：
泰语里有一种特殊的修饰、补充关系，是汉语里极少见的。
后一名词性语素表示前一性状发生的位置。例如：
เจ็บใจ　　ปวดมือ　เวียนหัว　เมื่อยขา
补充成分说明行为动作或性状所指涉的对象。例如：
อิ่มข้าว　　เมาเหล้า　　หิวน้ำ

主谓关系：
前一个语素是名词性的，后一个语素是动词或形容词性的。二者构成叙事的关系。
ใจหาย　ตะวันออก　หัวเสีย
上述几种关系可以在多语素词语里交叉出现。例如：
ขวัญหนีดีฝ่อ

หักร้างถางพง
แม่ขวัญข้าว
เครื่องซักผ้า

2.3.2.2 重叠（การซ้ำคำ）

重叠也是很多语言里都使用的派生方式。泰语名词、动词、量词、形容词、副词、代词中有一部分词可以通过重叠的手段派生出新词。重叠式组合中的组成成分都是成词语素。其中名词、形容词的重叠属于词法范畴。

（1）名词重叠

泰语的名词重叠大致有以下三类：

AA 式

表称谓或指称人的单音节名词性语素，自相重叠表示复数。前一音节轻读，后一音节重读。

เด็ก（小孩儿） → เด็ก ๆ（孩子们）

น้อง（弟弟, 妹妹） → น้อง ๆ（弟弟们, 妹妹们或弟弟妹妹们）

พี่（哥哥，姐姐） → พี่ ๆ（哥哥们，姐姐们或哥哥姐姐们）

สาว（姑娘） → สาว ๆ（姑娘们）

หนุ่ม（小伙子） → หนุ่ม ๆ（小伙子们）

หนู（小朋友） → หนู ๆ（小朋友们）

个别名词性语素重叠后构成新的形容词，一般都是表示描述意义的状态形容词。

หมู（猪） → หมู ๆ（极简单）

กล้วย（香蕉） → กล้วย ๆ（极容易）

AABB 式

งู ปลา → งูๆ ปลาๆ

ABAC 式

重叠后表示类属。读音是 1、3 音节重读，2、4 音节轻读。

ขี้หมู（猪屎）ขี้หมา（狗屎）→ ขี้หมูขี้หมา（臭狗屎之流）

จักร（群体）วงศ์（王系）→ จักรๆ วงศ์ๆ（帝王将相；王子公主）

ลูกผี（鬼子）ลูกคน（人子）→ ลูกผีลูกคน（出生不久，生死未卜的婴儿）

（2）形容词重叠

性质形容词自身重叠构成状态形容词，都属于所谓"强调式（intensifier）"，但不同的重叠形式实际意义有细微差别。试看下面的例子：

单音节形容词重叠：

AA 式

前一音节轻读，后一音节重读。重叠后语法意义是在基式基础上程度变轻：

ดี → ดีๆ

สวย → สวยๆ

ง่าย → ง่ายๆ

สะอาด → สะอาดๆ

แคบ → แคบๆ

จน → จนๆ

ใกล้ → ใกล้ๆ

เบา → เบาๆ

มืด → มืดๆ

A⁴A 式

单音节形容词语素可以通过变调重叠构成新词,构词方式是 A⁴A 式,不管该词读第几调,重叠后第一个音节读第四调,并且特别地延长,表示程度加深,如果这个词本身是第四调,则第二音节改读为第一调。一般只用于口语。如:

ดี๊ดี 真好! เร้วเร็ว 真快! ซ้วยสวย 真漂亮! ทู้กถูก 真便宜 ร้อนรอน 真热! สะอ๊าดสะอาด 真干净!

这种重叠方式与汉语形容词变调重叠方式"好好儿的、远远儿的、美美儿的、高高儿的、慢慢儿的"近似。

双音节形容词重叠:

内部成分一般意义相反或相对。

ดีๆชั่วๆ ขาวๆดำๆ สูงๆต่ำๆ เปรี้ยวๆหวานๆ

(3)动词重叠

常在单音节行为动词前面加一个起首辅音与之相同的音节构成重叠式,表示该类的行为动作。例如:

ร่ำเรียน ขีดเขียน ครุ่นคิด

(4)特殊的重叠

泰语中还有下列两类特殊形式的重叠:

四音格重叠

泰语中存在一种四音格词语,内部结构强调语音和谐,也有兼及语义相关的,例如:

ABAC 式重叠

双音节动词或形容词可通过这种方式构成新词,构成的新词多为四音节,AB 或 AC 之一是基式,非基式的 C 可以跟 B 意义相近,也可以毫无意义。语音上,重叠式的一、三音节相同;二、四音节或意义相关,或声母相同。这种词同样也很有节奏感，同时在意义上具有强调的色彩。例如：

ตั้งใจ 决心 → ตั้งอกตั้งใจ 下定决心

（二、四音节义同形异）

สะอาด 干净 → สะอาดสะอ้าน 干干净净

（二、四音节声母相同，第四音节无意义）

ขี้ลืม 健忘 → ขี้หลงขี้ลืม 很健忘

（二、四音节意义相近，声母相同）

又如：

หลับหูหลับตา	ยังหนุ่มยังแน่น	ไม่ดูไม่แล	เข้าวัดเข้าวา
กินน้ำกินท่า	อาบน้ำอาบท่า	ตั้งอกตั้งใจ	สะอาดสะอ้าน
เอาจริงเอาจัง	ขี้หลงขี้ลืม	ดีอกดีใจ	ล้างหน้าล้างตา

ABCD 式重叠

意义相近的词语按一定音韵和谐关系组合构成新词，一般其中第二和第三音节中的元音和尾音（在发音上，不是在书写上）相同，声调相同。这种词富有节奏感，也可使语言更富有色彩。例如：

อาหารการกิน	ดินฟ้าอากาศ	โรคภัยไข้เจ็บ	ขยันขันแข็ง
ลำบากยากเข็ญ	เลี้ยวลดคดเคี้ยว	เก็บหอมรอมริบ	ใส่ถ้อยร้อยความ
ขุดบ่อล่อปลา	ตัดญาติขาดมิตร	โง่เขลาเบาปัญญา	

参与四音格重叠的主要是实词里的名词、动词、形容词。

加装饰音节的重叠

名词、动词、形容词中有一些词可以带附加在基式后面的装饰音节。这种装饰音节本身没有意义，但是跟基式之间有语音关联。即装饰音节的辅音往往是单音节基式中的辅音或多音节基式的某一音节的辅音,尾音和声调不变,主要元音换成下列元音较为常见,即:เ-อะ เ-อ แ-ะ แ-。例如:

รุ่มเริ่ม　　　　คุยเคย　　　　กินแก็น
นอนเนิน　　　　ว่าเว่อ　　　　มือเมอ
กระดานกระเดิน　เสียใจเสียเจย　สบายเสบย

带这类装饰音节的词只出现于口语中。语义上往往有些微的变化,主要倾向是意义扩大和抽象。语法上,带装饰音节的词语语法功能泛化,一般不再受别的词语修饰,如名词不再受数量词修饰,一般也不受简单的形容词修饰,形容词不再受程度副词修饰,及物动词不再带宾语。

这类词语在语音上,节奏感强,表达上语气变重,强调意义较浓。

2.3.2.3 派生

派生词的构成方式有前缀、后缀和附加。

前缀(อุปสรรค)

加在别的语素前面使其在语义或语法性质上发生改变。泰语的动词、形容词语素通过加前缀、后缀可构成名词。

例如:

นัก　นักเรียน นักเขียน นักการเมือง นักทูต นักวิทยาศาสตร์
อ　อธรรม　อกุศล　อกตัญญู
การ　การทำงาน 工作状况或工作行为,การ 本身是名词,本义为"事务",加在动词、形容词前面,使之名词化,形成抽象名词。
ความ　ความดี 善行,ความ 本身是名词,本义为"内容",加在形容词、动词性语素前构成新词,一般都是表抽象事物的名词。

后缀(ปัจจัย)

加在别的语素后面使其在语义或语法性质上发生改变。泰语本来没有后缀成分，借用的梵语—巴利语词则有带后缀的现象。例如：

กร　กรรมกร เกษตรกร ฆาตกร วิทยากร，กร 本义为"手"，加在表示某一行业的名词性语素前，表示"……者"。

ศาสตร์　วิทยาศาสตร์ ภาษาศาสตร์ ประวัติศาสตร์ แพทยศาสตร์，ศาสตร์ 表示"学科"。

2.3.3 源自梵巴语的构词方式
2.3.3.1 萨玛复合

萨玛（สมาส），前面已经说过，泰语中有大量的梵语—巴利语借词。属于这两种语言的构词法——萨玛也随之被借用。即几个来自梵语—巴利语的语素结合在一起组成新词，各语素都不发生形式变化。例如：

บรม + ครู → บรมครู

ภูมิ + ศาสตร์ → ภูมิศาสตร์

บุตร + ภรรยา → บุตรภรรยา

ภูมิ + รัฐ + ศาสตร์ → ภูมิรัฐศาสตร์

ราช + กรณีย์ + กิจ → ราชกรณียกิจ

ครู + บา + อาจารย์ → ครูบาอาจารย์

วิทยา + ศาสตร์ → วิทยาศาสตร์

ราช + อาณา + จักร → ราชอาณาจักร

มหา + วิทยาลัย → มหาวิทยาลัย

2.3.3.2 顺替复合

顺替（สนธิ），是梵语—巴利语的构词方法。在历来的泰语语法教材中也都被作为一种语法现象进行讨论。泰语里两个以上的梵语—巴利语借词语素组合时，在一定条件下发生连读音变。条件是：后面一个词的词头必须是 อ+元音，而前面一个词的词尾也是元音。这又分为下列三种情况：

（1）词尾是-ะ 或-า

当后音节是“อ+元音”起首，而前一音节以元音结尾时，接合处元音要根据以下规律发生变化：

a+a→a มหา+อัศจรรย์ →มหัศจรรย์ วิชา +อาชีพ→ วิชาชีพ

คณะ+อาจารย์ → คณาจารย์ ศาสตร์ +อาจารย์ → ศาสตราจารย์

a+i→e มหา+อิสี→มเหสี มหา+อิศวร→มเหศวร นารา+อิศวร→ นาเรศวร

a+i→i มหา+อินทรา →มหินทรา

a+o→o มหา+โอฬาร→ มโหฬาร วาระ+โอกาส→ วโรกาส

（2）词尾是 ิ 或 ี

i+i→i มุนี+อินทร์→มุนินทร์

（3）词尾是 ุ 或 ู

u+u→u คุรุ +อุปกรณ์ →คุรุปกรณ์

顺替复合不同于萨玛复合之处在于，顺替复合时，前一个词的末尾音与后一个词的词头音发生融合，有的元音消失，有的辅音出现替代。而萨玛复合则只是两个单纯词的简单叠加。

2.3.3.3 嬗变（แผลงอักษร）

嬗变是泰语中为了诗词格律或文章修辞的需要，借用外来语中词的嬗变规则创造的一些新词。例如：

高棉语词：

ชิ→ชำนิ

คู→คำนู

เกิด→กำเนิด

จ่าย→จำหน่าย

ตรวจ→ตำรวจ

梵语→巴利语词：

元音嬗变：-ิ→ไ- -ุ→เ-า -ะ→-า เ-→อ 等，例如：

พิจิตร→ไพจิตร

สุวคนธิ์→เสาวคนธิ์

ปัญจ→เบญจ

จะระเข้→จระเข้

辅音嬗变：กะ—กระ จะ—จระ ขะ—กระ บ—ผน 等。例如：

กะทิ→กระทิ

จะเข้→จระเข้

ขจาย→กระจาย

บวก→ผนวก

บวช→ผนวช

声调嬗变：梵语、巴利语本来没有声调。借用到泰语中之后都加上了声调。例如：

ศาสนา(สาด-สะ-หนา)

อเนก(อะ-เหนก)

เสน่ห์(สะเหน่)

2.3.4 简称（คำย่อชื่อ）和缩写（อักษรย่อ）

简称是较复杂的名称的简化形式。缩写是拼音文字的语言中对于常用词组（多为专名）以及少数常用词所采用的简便写法。泰语中的简称和缩写不仅广泛用于新闻语言，也经常出现在其他书面语和口语中。某些简称或缩写词在人们的头脑中根深蒂固，以至于其全称是什么已无人问津。我们不能不承认，这些简略的字母组合已经是名副其实的词了。下面是一些常见的例子：

2.3.4.1 简称

นายกฯ—นายกรัฐมนตรี　总理

พฤษภาฯ—พฤษภาคม　五月

กรุงเทพฯ—กรุงเทพมหานคร　曼谷

จุฬาฯ— จุฬาลงกรณ์มหาวิทยาลัย　朱拉隆功大学

โทรฯ—โทรศัพท์　电话

กุมภาฯ—กุมภาพันธ์　二月

2.3.4.2 缩写

น.ส.พ.—หนังสือพิมพ์　报纸

ผอ.—ผู้อำนวยการ　董事长，所长

ภ.ง.ด.—ภาษีเงินได้　所得税

ก.พ.—กุมภาพันธ์　二月

ห.ง.ก.—ห้างหุ้นส่วนจำกัด　股份有限公司

กทม.—กรุงเทพมหานครฯ　曼谷

พ.ญ.—แพทย์หญิง　女医生

ทีวี–TV　电视

ททท.—การท่องเที่ยวแห่งประเทศไทย　泰国旅游局

ต.ม.—การตรวจคนเข้าเมือง　移民局

ซีไอเอ–CIA　美国中央情报局

นาซา–NASA　美国国家航空航天局

ยูนิเซฟ–UNICEF　联合国儿童基金会

อาเซียน–ASEAN　东南亚国家联盟

思考与练习

1. 结合基础阶段的泰语学习，谈谈泰语单音节重叠和双音节重叠构词各有什么特点。
2. "四音格"是泰语独特的构词方式，试以 3—4 人为一组，共同总结四音格组合的语音规律。每类四音格至少举出 10 个例子，并分析它们和原词在意义、功能上有何不同。
3. 试分析下列词语由哪些语素、以何种方式构成？

 ครูบาอาจารย์　วิทยาศาสตร์　ราชอาณาจักร　วิศวกรรมศาสตร์　คณาจารย์

第三章　词类（ชนิดของคำ）

泰语跟汉语一样，没有形态变化，所以不能根据形态划分词类，但我们可以根据词的语法功能（สมรรถภาพของคำ）进行分类。

词的语法功能是指这个词所具有的全部语法功能。所谓"这个词所具有的全部语法功能就是指这个词能做什么语法成分，不能做什么语法成分；能出现在什么语法位置上，不能出现在什么语法位置上；能跟什么样的特定的鉴定词结合，不能跟什么样的特定的鉴定词结合；等等"[①]。

泰语的词类根据词的语法功能可以划分为 14 类。这 14 类词各自具有明显的语法特征。应该说，它们之间的界限还是比较清楚的，但也有一些词存在跨类现象，即同词形、同音且意义上有极密切关系而词性不同的词。我们把它叫作兼类词。如：ใกล้มาก 中的 ใกล้ 是形容词，ใกล้ที่หมาย 中的 ใกล้ 可以带宾语，又是动词。หิวมาก 中的 หิว 是形容词；หิวข้าว 中的 หิว 又是动词。这样的现象我们只能承认它们是兼属形容词和动词两类。另有一些词是属于同形异类的，即语音相同而意义、用法不同。如：ขันน้ำ 中的 ขัน 是名词，义为"钵"；น่าขัน 中的 ขัน 则是形容词，义为"可笑"。ราคาถูก 中的 ถูก 是形容词，义为"便宜"；ถูกเป้า 中的 ถูก 是动词，义为"触及、中（zhòng）"；ถูกด่า 中的 ถูก 又是介词，义为"被"。它们虽然词形、读音完全相同，但词义和词的语法特征却是毫不相干，只能看做完全不同的词。

---

① 陆俭明，《现代汉语语法研究教程》（修订版），北京：北京大学出版社，2004 年，第 214 页。

汉语的词类有实词和虚词之分，实词又可以分为体词、谓词两大类。泰语的词类也具有同样的特征：名词、时间词、方位词、数词、量词、代词、动词、形容词是实词，它们本身有具体意义，大部分能单独成句，可以充当句子的主要成分，可以作为表达主题被陈说，属于开放词类（难以一一列举的大类）；副词、结构助词、介词、连词、叹词、语气词是虚词，它们本身无具体语义，有的表示逻辑概念，有的只在语法词组中起语法作用，这些词属封闭词类，是可以一一列举的。

泰语的实词也可以根据语法功能的不同分为体词、谓词两大类。体词的主要语法功能是做主语、宾语及其修饰语，一般情况下不能做谓语。谓词的主要语法功能是做谓语，同时也能做主语和宾语。

泰语的体词有名词、量词、时间词、方位词、数词，部分代词——人称代词、指示词（นี่ นั่น โน่น）和疑问代词（ใคร อะไร）；谓词有动词、形容词、部分代词（อย่างนี้ อย่างนั้น อย่างไร เมื่อไร ทำไม）。

3.1 名词（คำนาม）

3.1.1 名词的语法意义

名词表示人或事物的名称。

3.1.2 名词的种类

（1）普通名词（คำนามสามัญ）

普通名词表示一般人或事物的名称，包括抽象的和具体的事物。例如：

คน บ้าน ลม จิตใจ เวลา การค้า

ความรัก โรงเรียน เครื่องจักร คอมพิวเตอร์

（2）专有名词（คำนามวิสามัญ）

表示人或事物专有或特有的名称。例如：

กรุงเทพฯ แม่น้ำเจ้าพระยา สุนทรภู่ วันสงกรานต์ วัดพระแก้ว ปักกิ่ง

（3）集合名词（คำสมุหนาม）

表示集体的人或事物的名称。例如：

กองทหาร เครื่องเรือน รัฐบาล พี่น้อง พ่อแม่ ฝาแฝด คณาจารย์ รถรา

3.1.3 名词的语法功能

（1）除专有名词外，名词都能受数量词、指量词或其他量词结构的修饰，抽象名词只能受表示种类的量词修饰。例如：

นักเรียน ๓๐๐ คน สินค้า ๖ ตัน น้ำ ๕ ขวด ช้าง ๒ โขลง เชือก๔ขด
งูตัวนั้น รถคันนี้ ความดีหลายอย่าง สัตว์ ๒ ชนิด
น้ำขวดเล็ก สัตว์ชนิดมีปีก ความดีอย่างพ่อแม่สร้างไว้
รัฐบาลชุดยามวิกฤติกาล 等等。

（2）名词可以受名词、动词、形容词修饰，修饰成分一般位于名词之后，但名词不受副词修饰。例如：

คนปักกิ่ง โต๊ะอาหาร คนทำงาน โต๊ะทำงาน คนดี โต๊ะใหญ่

名词不直接受副词修饰。例如：

ไม่หนัก   *ไม่ของหนัก
น่าอ่าน   *น่าบทอ่าน
ดีใจเหลือเกิน *หัวใจเหลือเกิน
โชคดีนัก   *โชคนัก

（3）名词可以与介词组合，构成介词词组，充当名词或动词性成分的修饰语，表示地点、方式等。例如：

เชือดด้วยมีด   พูดตามเหตุผล   เขียนถึงน้อง   ร้องเพลงตลอดทาง
หนังสือสำหรับแม่   เรื่องเกี่ยวกับสงคราม

(4) 名词可以单独充当主语、宾语、定语,特殊条件下可充当谓语。

主语　<u>บ้าน</u>ย่อมอบอุ่นกว่า
　　　<u>โรงเรียน</u>เลิกแล้ว
宾语　ที่นี่กำลังตัด<u>ถนน</u>
　　　ผมเช็ด<u>โต๊ะ</u>
定语　ระบบ<u>บริษัท</u>เป็นอย่างนี้
　　　เจ้าของ<u>สวน</u>อยู่ไหม?
谓语　พ่อ<u>คนงาน</u>　แม่<u>ชาวนา</u>（对举或列举）
　　　ใคร<u>ดาราหนัง</u>?（主语是代词）
　　　เครื่องเรือนชุดนี้<u>หนังแท้</u>（谓语表属性特征）

名词单独充当谓语仅限于上述三种情况,即主语是代词;句子内容表示对举或列举;谓语表示事物的属性特征。

3.2 时间词（คำบอกเวลา）

3.2.1 时间词的语法意义

时间词表示时间意义。例如:
เดี๋ยวนี้　บัดนี้(นั้น)　ขณะนี้(นั้น)　พรุ่งนี้
ปีนี้(นั้น)　ปีกลาย　วันแม่　วันขึ้นปีใหม่
ฤดูหนาว　ตอนเช้า　เย็นๆ
วันจันทร์　อาทิตย์หน้า　เมื่อก่อน　วันหลัง　เมื่อกี้　เดือนสิงหาคม　สมัยโบราณ　ศตวรรษหน้า ฯลฯ

3.2.2 时间词的语法功能

时间词表面上看跟名词类似,但是大部分时间词在语法功能上跟名词有区别：

（1）都可以用 เมื่อไร 提问，或用 เวลานี้ เวลานั้น 代替。

<u>เดี๋ยวนี้</u> ๘ โมง

<u>เวลานี้</u> ๘ โมง

<u>เมื่อไร</u> ๘ โมง?

<u>ฤดูหนาว</u>หิมะตกบ่อย

<u>เวลานั้น</u>หิมะตกบ่อย

<u>เมื่อไร</u>หิมะตกบ่อย

เขามีเรียน<u>วันจันทร์</u>

เขามีเรียน<u>เวลานั้น</u>

เขามีเรียน<u>เมื่อไร</u>?

มนุษย์อาจขึ้นดาวอังคารได้ใน<u>ศตวรรษนี้</u>

มนุษย์อาจขึ้นดาวอังคารได้ใน<u>เวลานั้น</u>

มนุษย์อาจขึ้นดาวอังคารได้<u>เมื่อไร</u>?

（2）时间词一般不受数量词修饰。而受数量词修饰是名词的必有功能之一。

（3）时间词可以修饰动词，充当状语。这也是名词不具备的功能。例如：

ไป<u>ตอนเช้า</u>   ประชุม<u>วันจันทร์</u>   เกิด<u>วันสงกรานต์</u>

อาบน้ำ<u>กลางคืน</u>   จัดงาน<u>อาทิตย์หน้า</u>   โทรศัพท์<u>เดี๋ยวนี้</u>

ฉันไม่ชอบว่ายน้ำ<u>ฤดูหนาว</u>

（4）时间词不受副词修饰（跟名词相同）。

（5）时间词可以做主语、定语（跟名词相同）。例如：

<u>ช่วงนี้</u>หน้าฝน（主语）

<u>สมัยนี้</u>ดีกว่าสมัยเก่า（主语）

เรื่อง<u>เมื่อก่อน</u>อย่าเอามาพูดเลย（定语）

พระจันทร์<u>ข้างขึ้น</u>งามดี（定语）

（6）时间词可以充当介词的宾语（跟名词相同），但不能像名词那样充当动词宾语（跟名词不同）。例如：

ฉันไม่ชอบว่ายน้ำ<u>ในฤดูหนาว</u>（介宾）

ฉันไม่ชอบ<u>ว่ายน้ำฤดูหนาว</u>（中状）

（7）表示日期、节令的时间词可以充当谓语，其他时间词不能。例如：

วันนี้<u>วันจันทร์</u>

พรุ่งนี้<u>วันขึ้นปีใหม่</u>

ตอนนี้<u>หน้าฝน</u>

เดือนนี้<u>เดือนเมษายน</u>

เดือนไหน<u>หน้าหนาว</u>?

泰语里有些词语虽然表示时间意义，但并不是时间词。例如：

สามวัน หกเดือน ห้านาที สักครู่　数量词

เพิ่ง เพิ่งจะ เคย ได้เคย ทันที ก่อน　副词

เวลา ยาม ปี วัน เดือน　名词

3.3 方位词（คำบอกทิศทาง）

3.3.1 方位词的语法意义

方位词表示方向和位置。

3.3.2 方位词的种类

（1）单纯方位词

บน ล่าง ซ้าย ขวา หน้า หลัง กลาง ใน นอก เหนือ ใต้

ตะวันออก ตะวันตก

（2）复合方位词

ข้างบน ข้างล่าง ข้างซ้าย ข้างขวา ข้างใน ด้านซ้าย ด้านขวา ด้านหน้า ด้านหลัง ด้านใน

ภายใน ภายนอก

ทางซ้าย ทางขวา ทางเหนือ ทางใต้ ทางตะวันออก ทางตะวันตก

ซ้ายมือ ขวามือ ตรงกลาง เบื้องต้น เบื้องบน เบื้องล่าง เบื้องหน้า เบื้องหลัง

3.3.3 方位词的语法功能

方位词与名词相同的语法功能是不受副词修饰，与名词不同的语法功能是不受数量词修饰。

单纯方位词独立充当句子成分的情况极少，多数情况是与其他词构成复合词。如：ชาติหน้า ศูนย์กลาง มือซ้าย สายนอก ตอนบน ภาคเหนือ ในห้อง，等等。复合方位词可以单独充当主语、宾语、定语，在判断句里也可以充当谓语。

复合方位词做主语：复合方位词做主语比较常见。例如：

ข้างนอก ไม่มีอะไร

ด้านหน้าเกิดอุบัติเหตุ

ขวามือคือแม่น้ำเจ้าพระยา

ทางตะวันตกเป็นหมู่บ้านชาวนา

ข้างบนมีคนทำงานอยู่

ซ้ายมือเป็นอู่รถ

复合方位词做主语时，谓语动词一般都是表示存现或判断的。

复合方位词做宾语：方位词一般只做动词宾语，不做介词宾语。这一点跟名词是有很大不同的。做动词宾语的方位词表示动作发生或涉及的方位。例如：

บ้านผมอยู่ซ้ายมือ

อย่าไปเที่ยวข้างนอก

น้องนอนข้างบน

ดูตรงกลางซิ

ระวังด้านหลัง

ยิงด้านขวา

ไปธุระนอกบ้าน

复合方位词做定语：表示方位。例如：

ประตูด้านตะวันออก   เรื่องภายใน   บุคคลภายนอก   อาหารภาคเหนือ

复合方位词做谓语：仅限于表示指称或对举的情况。主语一般是简单的名词性成分。

นี่ ทางตะวันออก

โน่น ทางตะวันตก

(นั่งยังไงดี?)   พี่ ซ้ายมือ   น้อง ขวามือ

思考与练习

1. 泰语名词、时间词、方位词之间有何共同性和差异？试举例说明。
2. 泰语名词可以单独做句子的谓语吗？请举出几个例子谈谈名词做谓语的条件。

3.4 数词（คำบอกจำนวน）

3.4.1 基数词

表示数量多少的词叫基数词。

基数词可以分为两类：

（1）系数词

หนึ่ง สอง(ยี่) สาม สี่ ห้า หก เจ็ด แปด เก้า

系数词都是单纯词，单独使用表示个位，位于复合数词的末尾也表示个位，如果位于较大位数之后，可以表示次位的系数。

其中 สอง 只能用来做基数和充当百以上位数词的系数。หนึ่ง 只做基数和系数，不能充当复合数词的末尾个位。

（2）位数词

สิบ ร้อย พัน หมื่น แสน ล้าน

位数词单独使用表示数量，一般隐含系数词"一"。例如：ร้อยกว่า พันสอง

系数词和位数词相互组合，构成复合数词。一般顺序是"（系—）位—系—位……"，这种构造称为系位构造。例如：

สิบเอ็ด สิบสอง สิบห้า ยี่สิบ ยี่สิบเอ็ด

สามสิบ สี่สิบ ห้าสิบ เก้าสิบ

หนึ่งร้อย หนึ่งร้อยเอ็ด หนึ่งร้อยสิบ หนึ่งร้อยสิบเอ็ด

สองพัน

สามหมื่น

สี่แสน

หนึ่งล้าน

สิบล้าน ยี่สิบล้าน

ร้อยล้าน

พันล้าน

หมื่นล้าน

แสนล้าน

สามล้านล้าน

基数词的语法功能：基数词一般不能直接修饰名词，需要与量词（คำลักษณนาม）搭配，组成数量词组，共同做名词的修饰语。

มีแก้ว<u>สองใบ</u>บนโต๊ะ

เด็ก<u>หลายคน</u>

จานใบหนึ่ง

数词与量词组合的次序，是数词在前，量词在后，数量词组做名词的修饰语位于名词后面。在这一点上，有一个唯一的例外：หนึ่ง

หนึ่ง 和量词组合，单说时量词在前，หนึ่ง 在后。例如：

คนหนึ่ง วันหนึ่ง ครั้งหนึ่ง จานใบหนึ่ง เที่ยวหนึ่ง

如果要强调基数 หนึ่ง，那么就要把 หนึ่ง 前置。如：

หนึ่งคน หนึ่งวัน หนึ่งครั้ง 等。

试比较：

ทำงานหกวันให้หยุดได้แค่หนึ่งวัน（1）

工作六天才让休息一天。

หยุดหนึ่งวันก็น้อยไปหน่อย（2）

休息一天少了点。

หยุดวันหนึ่งก็ไม่เป็นไร（3）

休息一天也没什么。

显然（1）、（2）句中对 หนึ่ง 的强调意味较强。

如果数词"一"与量词组合顺序数说，也在量词前面，以与其他量词取得一致。

หนึ่งวัน สองวัน สามวัน ฯลฯ

3.4.2 序数（คำบอกลำดับ）

以数字表示次序先后的词叫序数词，泰语序数词的构成是在基数的

前面加 ที่，序数词可以单独使用。

ที่หนึ่ง ที่สอง ที่สาม

序数词与量词组合时，位于量词之后，构成的词组可以位于名词之后，做修饰成分。

คนที่หนึ่ง　　คนที่สอง　　คนที่สาม

บ้านหลังที่ ๒ นักศึกษาคนที่ ๓

关于序数的三点说明：

（1）序数词 ที่หนึ่ง 另有表达方式：แรก

修饰动词时，แรก 前头必须有量词。例如：มาเป็นครั้งแรก

修饰名词时，แรก 前头可以不带量词，直接修饰名词。例如：เขาอยู่บ้านแรก

แรก 与 ที่หนึ่ง 不同之处还在于它不能跟其他序数词连用，只能充当名词、动词的修饰成分。

（2）有时只用基数词就可以表示序数：

第一，首位，唯一：หนึ่งในดวงใจ เราก็หนึ่งในลานนา

年份：พ.ศ. ๒๕๔๒ ค.ศ. ๒๐๑๐

编号：ตึก ๔๗ ชั้น ๔ ห้อง ๓๒๓

列举：หนึ่ง กล้าทำ สองไม่ประมาท สาม เตรียมพร้อม

（3）สุดท้าย 在顺序里表示最后、末尾。

3.4.3 概数（คำบอกจำนวนโดยประมาณ）

表示大概数目的词叫概数词。泰语的概数词只有一个 สัก，意为“一两个”或“大约”“仅只”。

单独用时表示“一两个”或“某一”，สักเล่ม สักคน สักวัน

也可与其他数量词或数词连用，表示约数：สักสองเล่ม　　สักสิบคน

第三章 词　类

สักสามวัน สักสามร้อย

　　后面的数词可以是两个系数词连用：สักห้าหกคน 五六个人，สักสี่ห้าพันหยวน 四五千元。

　　但不能用于两个位数词之前。

　　其他概数表示法：

　　（1）两个相邻的系数词并列，表示接近这两个数的约数：สองสามตัว สี่ห้าคน สามสิบสี่สิบกิโลเมตร เจ็ดแปดร้อยเล่ม

　　（2）在位数词后面加 กว่า 表示整数有零。

สิบกว่าเล่ม

สามร้อยกว่าห้อง

เก้าพันกว่าคน

แสนกว่าตัน

说明：

　　① 在位数词后面加 กว่า，表示比该数稍多。位数后面不能有系数。我们不能说 *สิบสามกว่า　*สี่ร้อยห้ากว่า

　　② 这样的概数与量词组合时，量词一般在 กว่า 之后，例如：

สองร้อยกว่าวัน

　　但也有一些情形是 กว่า 既可在量词前，也可在量词后。这种情形下的量词所表示的单位一定是可以再切分为更小单位的。例如：

สิบกว่าบาท　　　—สิบบาทกว่า　　สามบาทกว่า

สิบกว่าคน　　　—*สิบคนกว่า　　*สามคนกว่า

　　所以当 กว่า 位于位数词之后，量词之前时，作用与（1）一样。

　　当 กว่า 位于量词之后时，前面的数词既可以是位数词，也可以是系数词，这种情况下 กว่า 就不表示概数了，而表示某个数目下还有更小的零头。

③ 在任意基数词前加 ประมาณ ราว ราว ๆ ร่วม，表示大概数目。这样的数目一定以位数词结尾，还可以带 กว่า เศษ กว่า ๆ เศษ ๆ，表示数目稍多。

④ 用 นับ+位数或 นับ A นับ B、เรือน A เรือน B（A、B 表示不同的位数）表示一个数值相当大的约数。例如：

เสียหายนับล้าน

นับหมื่นนับแสน

เรือนหมื่นเรือนแสน

这种概数习惯上后面不加量词。

⑤ เป็น+位数词重叠，同样表示数值很大的概数。例如：

เป็นแสน ๆ เป็นล้าน ๆ   เป็นหมื่น ๆ

这种概数后面可以带量词：

จ่ายเป็นหมื่น ๆ บาท

นักเรียนใหม่มีเป็นพัน ๆ คน

3.4.4 倍数 (จำนวนคูณ)、分数 (เศษส่วน)、小数 (ทศนิยม)

（1）表示倍数的方法：在基数的后面加 เท่า 或 เท่าตัว。例如：

สองเท่า 两倍   สามเท่าตัว 三倍

ก.是 ข.的两倍   ก.เป็นสองเท่า(ตัว)ของข.

ก.比 ข.多两倍   ก.มากกว่าข.สองเท่า(ตัว)

增加了两倍   เพิ่มขึ้นอีกสองเท่า(ตัว)

增加到三倍   เพิ่มขึ้นเป็นสามเท่า(ตัว)

（2）分数："分子+ใน+分母"，分子在 ใน 之前，分母在 ใน 之后。例如：

三分之一   เศษหนึ่งในส่วนสาม 或 เศษหนึ่งส่วนสาม 或 หนึ่งในสาม（口

语）

十分之六　เศษหกในส่วนสิบ 或 เศษหกส่วนสิบ 或 หกในสิบ（口语）

十分之几还有一种说法，相当于汉语的"几成"。例如：

十分之六（六成）หกส่วน

十分之八（八成）แปดส่วน

十分之九（九成）เก้าส่วน

百分数：ร้อยละ 分数在后。例如：

百分之五十 ร้อยละห้าสิบ

百分数单位也可以借用英语词表示：ห้าสิบเปอร์เซนต์（percent）

（3）小数：整数+จุด+分数。例如：

6.7　หกจุดเจ็ด

8.9　แปดจุดเก้า

14.55　สิบสี่จุดห้าห้า

3.4.5　几个特殊的数词

有些数词不能归入上述分类，但是在数词系统里面具有自己的独特地位。

（1）ครึ่ง "一半，二分之一"。语法功能基本与基数词相同。例如：能与量词组成数量词组，"ครึ่ง+量词"。表示该单位计量的一半。但不能像其他数词那样与 ที่ 组合构成序数词。

ครึ่ง 一般不单说。单独使用时需要受数词 "หนึ่ง" 修饰。例如：

ครึ่งหนึ่ง　แบ่งครึ่งหนึ่ง

在 "量词+ละ+ครึ่ง" 词组中可以单用，表示 "各半"。例如：

คนละครึ่ง　อย่างละครึ่ง

ครึ่ง 与量词组合时，如果在量词前还有整数，则组合顺序为 "整数+

量词+ครึ่ง"。例如：

หนึ่งปีครึ่ง 或 ปีครึ่ง 一年半

สองเมตรครึ่ง 两米半

（2）กี่ "几"，用来问数，具有与一般系数词相同的语法功能。

可以与位数词组合：กี่ร้อย กี่ล้าน

可以与量词组合：กี่ตัว กี่ครั้ง

กี่ 的否定形式 ไม่กี่（没几……）用于量词之前，表示一个很小的不定数量。例如：

มีไม่กี่คน（没几个人）

ซื้อมาไม่กี่ตัว（买了没几件）

เท่าไร "多少"虽然也用来问数，但它不具备数词的语法功能。例如：不能与量词组合，也不能与位数词组合，所以它不是数词，而是疑问代词。

（3）หลาย "好多"，表示一个较大的不定数，与 ไม่กี่ 相反，语法功能大体与基数词相同。可以与位数词、量词组合，一般不直接跟名词组合。

หลายร้อย หลายล้าน

หนังสือหลายเล่ม นักศึกษาหลายสิบคน

หลายวัน หลายนัด หลายแห่ง หลายพันปี

หลาย 也有直接修饰名词的特殊情况：คนหลายใจ บ้านนี้ซื้อหลายตังค์

（4）ละ "每一"，只能与量词组合，"量词+ละ+（数词+）量词"，位于单个量词之后，数量词之前。例如：

ส้มคนละลูก 每人一个橘子

กิโลละห่อ 一公斤一包

กิโลละยี่สิบบาท 每公斤二十铢

ร้อยละสามสิบ 百分之三十

อาบน้ำวันละสองครั้ง 每天洗两次澡

ละ 前面的量词不能带数词，后面的量词如果数目是"一"，可以省略。例如：

如果前面的量词还带有数词，后面的结构就只能用"数词+量词"，如果是"一"就只能用 หนึ่ง，而不能用 ละ，例如"两人一个"，"两天一次"，只能说 สองคนลูก(หนึ่ง) สองวันครั้ง

其他例如：อาบน้ำสองวันครั้งหนึ่ง 或 อาบน้ำสองวันครั้ง

（5）เดียว "独一"，只能与量词组合，位于量词后面，单独计数，表示"仅仅一（个）"，例如：

คนเดียว （仅仅）一个人。

ผมมีหนังมือเล่มเดียว 我只有一本书。

对比：ผมมีหนังสือเล่มหนึ่ง 我有一本书。

思考与练习

1. 泰语的位数词都有哪些，表示更大的数目时如何组合？请举例说明。
2. หนึ่ง 和 เดียว 有何相同和不同之处，你能从分布和意义两方面分析一下吗？

3.5 量词（คำลักษณนาม）

3.5.1 量词的语法意义

表示事物、行为计算单位和区分类别的词叫量词。泰语的量词不能单说，一般要与数词组合构成数量词组，或与其他词语组合构成中定词组，位于它所修饰的中心语的后面。说明中心语的数量、性质、状态、属性等。例如：

หมวกห้าใบ มาหลายเที่ยว เสื้อตัวนั้น สร้อยเส้นที่เล็กที่สุด

3.5.2 量词的种类

泰语跟汉语一样，是量词系统丰富的语言。泰语的量词也可以分为名量词和动量词两类。

3.5.2.1 名量词（คำลักษณนาม）

表示事物计量单位的词叫名量词。

名量词有五类：

（1）个体量词（คำลักษณนามที่ใช้กับสิ่งลำพัง）

用来计量和区分事物个体单位的量词。这种量词分类意义很强，是典型的单位词。泰语的名量词大都是根据名词的性状定名的。

下面列举一些常用的个体量词：

กรอบ "方"，用于框状物，如镜框等。

กระบอก "支"，用于长筒状物，如枪支、竹筒、手电筒等。

กลัก "盒"，用于小的盒装物，如盒装火柴等。

ก้อน "块"，用于大块状物，如面包、石头、砖头、肉等。

ก้าน "根，杆"，用于细长有把儿的物体，如火柴等。

ขด "盘"，用于盘状的铁丝、钢丝、藤条、绳子等。

ขนาน "剂"，用于药品。

ขวบ "岁"，用于12岁以下的年龄。

ข้าง "只"，用于成双成对的物品或肢体中的一只，如手套、袜子、鞋子、胳膊、腿等。

แขนง "支"，用于植物的分支或科目门类。

คน "位"，用于人。

คะแนน "分"，用于计分。

คัน“辆”，用于车辆；“把”，用于带把柄的物品。如刀、叉、勺等。

คำ“个”，用于词、话语；“口”，用于入口的饮食。

แง่ง“芽”，用于生姜之类植物的分叉。

จีบ“卷”，用于蒌叶卷儿；“褶”，衣裙的褶皱。

ใจ“缕”，用于成缕的线。

ฉบับ“份，册”，用于报纸、信件、杂志等。

ฉาก“幕”，用于戏剧较完整的段落。

ชั้น“级”，用于层叠或有等级的事物。

ชิ้น “条、块儿，则”，用于条状的物品或事项，如衣服、条状或块状食物、信息等。

เชือก“头”，专用于驯象。

ซอง“封，包”，用于信件、包装香烟、袋装文件等。

ซี่“条，根”，用于牙齿、栅栏等。

ดวง“颗，枚”，用于圆状物，如印章、星星、月亮、太阳、灯泡等。

ดอก“朵、枚”，用于花朵、钥匙、钻头等。

ด้าม“杆、支、把”，用于钢笔、锄头、铁锹等有长杆的工具。

ดุ้น“段”，用于木头、木柴等。

ตน“个”，用于鬼怪等非人类，如持明、魔怪、罗刹、鬼魅等。

ต้น“棵”，用于树木、柱子等。

ตัว“只”，用于动物；“件”，用于衣物；“张”，用于桌椅板凳；“个”，用于钉子等。

แถบ“条，半边，一片”，用于窄长扁形的物体，如布条或物体的部分等。

ทบ“折”，用于折叠物品的每个折。

ท่อน“段”，用于成段细长物体，如木棒、甘蔗等。

ที่ "位",用于座位、位置。

แท่ง "条",用于细小长条形实心物体,如铅笔、金条等。

นัด "颗",用于子弹。

บท "篇",用于文章、课文、剧本等;"节、首、阕",用于诗歌。

บรรทัด "行",用于文字。

บาน "扇",用于四边形薄片状物体,如门、玻璃、窗户等。

ใบ "片,张,个",用于叶子、纸张、箱包、盘、碗、水果等。

ประตู "门",用于足球射门的次数。

ปาก "名,张",分别用于证人、渔网等。

ป้าย "站",用于公共汽车站。

ปี "年,岁",用于纪年和12岁以上的年龄。

ปื้น "副",用于锯子。

ผืน "块、面、领",用于布料、旗子、席子等片状物。

แผ่น "片、张、块",用于纸张、瓦片、饼干等薄片状物。

ฝัก "穗,根",用于玉米、豆荚类果实。

ฟอง "个",用于蛋类。

มวน "支",用于烟卷等。

ม้วน "卷",用于卷筒状物品,如胶卷、纸卷、卷尺。

มุม "角",用于图形、物体的角。

เม็ด, เมล็ด "粒",用于颗粒状物体,如纽扣、栗子、痣、沙子、小石子儿、粮食、药片等。

รวง "穗",用于谷物的穗。

รอบ "场",用于演出的场次。

ราย "件",用于事件、案件。

รุ่น "届,辈,代",用于以届、期、班、批次、款型等论数的事物,如学生的届次、货品的批次等。

รูป "尊",用于僧尼、图像。

เรื่อง "部,个",用于文艺作品、议题等。

เรือน "只",用于钟表。

โรง "个",用于戏班、演艺班子、作坊、工厂等。

ลำ "艘、架",用于船只、飞机等。

ลูก "个",用于圆形或长圆形物体,如球、果类等。

เล่ม "把、根、本、架",用于剪子、刀具、针、梳子、书本、牛车、马车等。

เลา "支",用于笛、箫等。

โลง "具、副",专用于棺材。

วง "环",用于圆环状物,如戒指、镯子等。

วรรค "顿",用于书面文字的停顿间隔;用于诗歌的行。

ศพ "具",专用于尸体。

สาย "条",用于可延伸的带状物,如虹、河流、道路等。

สิ่ง 泛量词,用于一般事物。

เส้น "条,根",用于细条状物,如拉锁、绳子、车胎等。

หน้า "页、面",用于扁平状物体的平面,如书页等。

หยด "滴",用于液体。

หลอด "支",用于中空管状物,如灯管、吸管、晶体管、试管等。

หลัง "幢,顶",用于有顶的居处或建筑,如房屋、帐篷、蚊帐等。

หัว "头,个",用于圆形或块茎类蔬菜,如大蒜、薯类、土豆、圆白菜等。

องก์ "场",用于戏剧的幕次。

องค์ “尊、位、颗”，用于神佛像、佛塔、教士、僧侣等，也用于皇族高层人士身体和器官。

อัน 泛量词，用于一般物品。

（2）度量词（คำมาตราวัด）

表示度量衡单位的词叫度量词。泰语里的度量衡单位有：

① 长度单位（มาตราวัดระยะ）

กระเบียด　分

นิ้ว(๔ กระเบียด)　指，寸

คืบ(๑๒ นิ้ว)　拃

ศอก(๒ คืบ)　肘

วา(๘ ศอก)　哇，庹

เส้น(๒๐ วา)　信

โยชน์ (๔๐๐ เส้น)　由旬

② 重量单位(มาตราวัดน้ำหนัก มาตราชั่ง)

สลึง　钱

บาท(๔ สลึง)　铢（7. 5 克）

ตำลึง(๔ บาท)　两（30 克）

ชั่ง(๒๐ ตำลึง)　斤（600 克）

หาบ(๕๐ ชั่ง)　担

ขีด(๑ ใน ๑๐ ของกิโลกรัม)　刻度（0.1 千克）

③ 容量单位（มาตราตวง）

ทะนาน　特南（泰升）

ถัง (๒๐ ทะนาน)　桶（20 泰升）

สัด(๒๕ ทะนาน)　石（泰斗，等于 25 特南）

เกวียน(๘๐ สัด หรือ ๑๐๐ ถัง)　车（等于 80 石）

④ 面积单位（มาตราวัดพื้นที่）

ตารางวา　平方哇

งาน (๑๐๐ ตารางวา)　安（100 平方哇）

ไร่ (๔ งาน)　莱，泰亩（4 安）

现在泰国社会常用度量衡单位既有公制也有泰制。面积单位中的地积习惯用泰制计算，用 ตารางวา ไร่；长度单位、重量单位习惯用公制计算，但也杂用泰制。如 ตารางวา/ตารางเมตร ขีด/กิโลกรัม；容量单位农村既用泰制 ถัง เกวียน 也用公制 ลิตร，城市则习惯用公制。

常用公制和泰制的换算：

1 เมตร = 2 ศอก

1 กิโลกรัม = 0.833 ชั่ง

1 ลิตร = 0.05 ถัง

（3）集合量词（คำลักษณนามที่ใช้กับสิ่งที่เป็นหมวดหมู่）

表示成组成群的事物单位的量词叫集合量词。例如：

คู่　双，对

งวด　批

ฝูง　群

ตั้ง　叠，摞

ฟ่อน　捆

ทะลาย　簇（槟榔，椰子）

กลุ่ม　组

กอง　堆

โหล　打（12 个）

คณะ　团队

ขนาน　剂

พวง 串（用于成串的物品，如钥匙串、花串等）

วง 圈

ไม้ 串

ชนิด 种

แบบ 样

อย่าง 样

เครือ 串（香蕉）

หวี 束，把（香蕉）

（4）临时量词（คำลลักษณนามชั่วคราว）

借用名词、动词临时充当计量和区分单位，这个借用的词被称为临时量词。例如：

名词充当量词：

กับข้าว ๒ จาน

เหล้า ๑ ขวด

กาแฟ ๓ ถ้วย

เสื้อผ้า ๕ กระเป๋า

ผลไม้ ๖ ลัง

ดอกไม้ ๔ กระถาง

（5）自主量词（คำลักษณนามที่ซ้ำชื่อคำนาม）

有的名词本身充当自己的量词，这个量词就叫自主量词。有的语法著作称之为反响量词。例如：

ตา ๒ ตา

จังหวัด ๗๖จังหวัด

ทางหลายทาง

ประเทศ ๑๒ ประเทศ

เตียง ๒ เตียง

自主量词与数词组合，前面一般不必再带名词。

3.5.2.2 动量词（คำลักษณนามที่ใช้กับคำกริยา）

表示动作行为的计量单位的量词叫动量词。动量词的数目很少。例如：

แวบ	มองแวบหนึ่ง
ที	ตี ๒ ที
ครั้ง	พูดหลายครั้ง
จบ	อ่าน ๓ จบ
ประตู	เตะเข้า ๓ ประตู
เที่ยว	ไป ๕-๖ เที่ยว

动词和数量结构之间可以加名词。例如：

ตีลูก ๒ ที   อ่านหนังสือ ๓ จบ

เตะฟุตบอลเข้า ๓ ประตู   ไปเขาใหญ่ ๕-๖ เที่ยว

3.5.3 量词的语法功能

（1）量词与数词组合构成数量词

数量词主要修饰名词，做定语：

ผู้ชาย ๑๘ คน

ช้อนส้อม ๒๐ คู่

ประเพณีหลายอย่าง

อาหาร ๒ โต๊ะ

ระยะทาง ๑๘๐ กิโลเมตร

数量词还能够做主语。例如：

๕๐ คนไม่ใช่น้อยนะ

๕๐ คนที่ผมเชิญมาครบแล้ว（做主语部分的中心语，主语本身是中定

词组）

ครึ่งกิโลฯ ก็พอ

数量词可以做宾语。例如：

จ้าง ๖ คน

ดูหลายครั้ง

ปลูก ๔-๕ ต้น

ผ่าตัด ๘ ราย

数量词也可以做谓语。例如：

ห้องเรา ๑๑ คน

น้อง ๔ ขวบ

数量词可以做状语，修饰谓词性成分。例如：

กระเป๋านี้หนัก ๒๒ กิโลฯ

เชือกยาว ๔ เมตร

พื้นที่กว้าง ๗๐ ตารางวา

数量词做谓词性成分的修饰语，一般限于数词与度量词的组合。

（2）量词（度量词除外）与指示代词、形容词、动（介）宾词组、中状词组、主谓词组、助词词组组合，构成量词词组，共同充当前面名词的修饰成分。

量词词组是主从结构的一种，其中量词总是处在整个词组的最前面，是词组的中心。

例如：

หม้อใบนี้ （量词+指示代词）

หม้อใบไหน（量词+疑问代词）

หม้อใบใหญ่（量词+形容词）

สาวคนสวย（量词+形容词）

หนังสือเล่มธรรมดา（量词+形容词）

วัวตัวกินหญ้า（量词+述宾词组）

เสื้อตัวในตู้（量词+介宾词组）

บ้านหลังซื้อใหม่（量词+主从结构）

กับข้าวจานแม่ทำ（量词+主谓结构）

หนังสือเล่มที่ซื้อมาเมื่อวาน（量词+结构助词词组）

泰语量词的上述功能除与指示代词的组合跟汉语相同外，其他功能都是汉语不具备的。汉语的量词不能直接与形容词组合，我们不能说：

＊个帅小伙儿　＊本平装书　＊头吃草的牛　＊座要卖的房子；但泰语可以说：

หนุ่มคนหล่อ　　หนังสือเล่มปกอ่อน วัวตัวกินหญ้า　　บ้านหลังจะขาย

泰语量词词组（与指示代词组合除外）在修饰名词的时候，量词在其中起的作用相当于汉语的结构助词"的"，表区分义。

量词词组也可以独立充当句子成分，例如：

หนังสือ<u>เล่มปกอ่อน</u>ดีไหม　（定语）

<u>เล่มปกอ่อน</u>มีขายที่ไหน?（主语）

อย่าซื้อ<u>เล่มปกอ่อน</u>เลย　（宾语）

<u>เล่มปกอ่อน</u>ที่ฉันซื้อไม่ดี（主语部分中定结构的中心语）

思考与练习

1. 泰语的名量词有哪些主要特点？
2. 泰语的"量词+名词"词组表达什么样的意义？请举例说明。
3. ตัวหนึ่ง 和 หนึ่งตัว 有什么区别？试分析之。
4. 泰语和汉语量词的语法意义和语法功能有何不同？

3.6 代词（คำแทน）

3.6.1 代词的语法意义

用来代替其他词或词组的一类词叫代词。请看下面的例子：画横线的词语分别代替了同一行中画曲线的词语，句子因而显得简洁。这些画横线的词语在别的场合可以代替别的成分，是代词。

（1）**น้องเรา**น่ารักมาก   เราชอบ**แก**

（2）**เมืองไทย**น่าเที่ยว   ฉันเคยไปเที่ยวที่**นั่น**หลายครั้ง

（3）จะไปดู**อะไร**   ไปดูหนัง

（4）ลุงจะไปดู**อะไร**   ไปดูแข่งเรือ

（5）**ลูกเขาไม่รักดี**   **นั่น**เป็นเรื่องที่เขากลุ้มใจที่สุด

3.6.2 代词的语法功能

代词本身的语法功能跟它所替代的词或词组的语法功能有的一致，有的不一致。上面句（3）中的 อะไร 代替名词 หนัง，句（4）中的 อะไร 代替动宾结构 แข่งเรือ；句（2）中的 นั่น 代替专有名词 เมืองไทย，句（5）中的 นั่น 则代替主谓结构 ลูกเขาไม่รักดี。

就代词这个大类总体语法功能来说，语法作用相当广泛。它们可以分别充当主语、谓语、宾语、定语和状语。但并非每个代词都具备充当上述成分的功能，而是有的可以充当这种成分，有的可以充当另外一些成分。

คุณชื่ออะไร （主语）

นี่**อะไร** （谓语）

แกเรียนโรงเรียน**ไหน** （定语）

มา**นี่**ซิ （宾语）

ทำอย่างนี้ดีแล้ว（状语）

3.6.3 代词的种类
泰语的代词根据语法功能不同可以分为以下类型：
3.6.3.1 人称代词（คำแทนบอกบุรุษ）
人称代词的特征

代替表示称谓的名词的一类词叫人称代词。例如：ผม ดิฉัน เขา เธอ คุณ แก พวกเรา กัน มัน มึง เอ็ง ข้าพเจ้า ท่านทั้งหลาย 等。人称代词有人称的区别，还有单数、复数的区别。其语法功能与名词相似，可以充当主语、宾语、定语，泰语人称代词的这些特点与汉语接近。与名词不同的是人称代词一般不直接受形容词修饰。

泰语人称代词的使用需要注意以下 5 个特点：

①泰语人称代词有性别之分。

第一人称： ฉัน（中性）ผม（男性）ดิฉัน（女性）

② 泰语人称代词有普通称、敬称、谦称、俗称、昵称、鄙称的区别，不同阶层、身份、亲疏程度、场合等都应使用不同的人称代词。

③ 有些人称代词既可用于单数也可用于复数，需要依语境判断。例如：

เรา เขา แก พระองค์ ท่าน เธอ คุณ มัน

上述人称代词，在使用时需要从上下文语境判断是表单数还是复数。

复数形式比较复杂，大致有两种情况：

在强调复数的时候，用如下方式：

在人称代词前加 พวก、เหล่า

พวกผม　พวกดิฉัน　พวกเรา　พวกกู

พวกคุณ　พวกแก　พวกเธอ　พวกมึง

พวกเขา พวกแก พวกเธอ พวกมัน

เหล่าข้าพระพุทธเจ้า เหล่าเกล้ากระหม่อมฉัน

在人称代词后面加 ทั้งหลาย。例如：

เราทั้งหลาย คุณทั้งหลาย ท่านทั้งหลาย

④ 一些人称代词兼属两种甚至三种人称。例如：

เรา

第一人称单数：พรุ่งนี้เราจะไม่อยู่ เราจะไปงานวัดกับแฟน

第一人称复数（不包括听话人）：

พรุ่งนี้เราจะไม่อยู่ จะไปงานวัดทั้งบ้าน

第一人称复数（包括听话人）：

พรุ่งนี้เราจะไม่อยู่ เรานัดกันไปเที่ยวเชียงใหม่ไม่ใช่หรือ?

第二人称单数：

เราขี้เกียจอย่างนี้ เดี๋ยวก็สอบตกหรอก

这里的 เรา 属于亲昵称的范畴，即以第一人称复数指代第一人称单数或第二人称单数都属于亲昵称。

เขา

第三人称单数：วันนี้เขามาไม่ได้

第一人称单数：เขา(เค้า)ไม่รู้เรื่องจริงๆ นะ เขา 指代第一人称单数，相当于汉语第一人称单数"人家"

第三人称复数：คนไทยเขาไม่ทำอย่างนี้หรอกแก

แก

第二人称单数：แกจะไปไหน

第三人称单数：แกไม่รู้หรอก คุณเชื่อผม

พระองค์

第二人称单数：พระองค์ทรงมีพระราชประสงค์สิ่งใดพระพุทธเจ้าข้า

第三人称单数：
พอพระพุทธเจ้าเสด็จคล้อยเข้าไปในประตูรั้ว พระองค์ก็ทรงได้ยินเสียง
ทะเลาะวิวาทด่าทอกัน

ท่าน
第二人称单数：ท่านอย่าร้อนใจไปเลย
第三人称单数：ท่านผู้นี้มีความจำเป็นเลิศ

เธอ
第二人称单数：เธออย่าเอะอะไป
第三人称单数：
คุณเคยเห็นคุณเลิศลักษณ์ไหม เธอเป็นผู้หญิงที่มีเสน่ห์ที่สุด
（本组例句引自 พ.นววรรณ *ไวยากรณ์ไทย ๒๕๕๘* หน้า ๒๕）

คุณ
第二人称单数：คุณชื่ออะไร
第三人称单数：คุณอยู่ไหม ช่วยไปเรียนว่ามีคนมาหา

⑤ 泰语里对人的称谓除用人称代词外，会话中还广泛使用彼此关系称谓、间接关系称谓、名字或职称。

父亲对儿子：ลูกไปก่อนเถอะ ไม่ต้องห่วงพ่อ（ลูก 听话人，พ่อ 说话人自称）

姐姐对妹妹：นุชจะให้พี่ทำยังไง（นุช 妹妹，听话人；พี่ 说话人自称）

พจน์ 对 เจน：ที่เจนพูดน่ะ พจน์ไม่เข้าใจหรอก（เจน 听话人；พจน์ 说话人自称）

老师对学生：อย่าลืมงานที่ครูสั่งทำนะจ๊ะ（ครู 说话人自称）

医生对病人：เชื่อหมอเถอะนะ คุณไม่ได้เป็นอะไรมากหรอก（หมอ 说话人自称）

下属对局长：ท่านอธิบดีจะไปไหน（ท่านอธิบดี 听话人）

丈夫对妻子：แม่ไม่ต้องทำกับข้าวนะ（แม่ 听话人，意为“孩儿他妈”）

有时是在关系称谓、职称等后面再加上人称代词 เขา 来复指。例如：

หมอเขาสั่งอย่างนี้แหละ（即 หมอสั่งอย่างนี้แหละ，加强第三人称语气）

ลูกชวนพี่เขาหรือยัง（即 ลูกชวนพี่หรือยัง，加强第三人称语气）

这里的 หมอเขา พี่เขา 不是指 หมอของเขา พี่ของเขา 。也就是说，其中的 เขา 不是修饰语，而是复指成分。复指起加强语气的作用。

表 1 人称代词略表

第一人称代词	说话人	听话人
ข้าพระพุทธเจ้า	ผู้น้อยทั่วไป	พระราชา/เจ้านายชั้นสูง
หม่อมฉัน	ผู้น้อยทั่วไป(หญิง)	พระราชา/เจ้านายชั้นสูง
อาตมภาพ	พระสงฆ์/สามเณร	พระราชา/เจ้านาย ขุนนาง
อาตมา	พระสงฆ์/สามเณร	บุคคลทั่วไป
กระผม	ผู้น้อยทั่วไป	ขุนนางชั้นกลาง/พระราชา/ผู้ที่ยกย่อง
ผม	ผูชาย(สุภาพบุรุษ)	คนสุภาพ/พระสงฆ์
ดิฉัน	ผู้หญิง(สุภาพสตรี)	คนสุภาพ/พระสงฆ์
อีฉัน	ผู้น้อย(หญิง)	ผู้ใหญ่ที่ไม่ใช่เจ้านาย
ฉัน	ผู้ใหญ่/ผู้เสมอกัน	ผู้น้อย/สามัญชน/ผู้เสมอกัน
ข้า(คู่กับเอ็ง) กู(คู่กับมึง)	ผู้เป็นนาย/เพื่อนกัน	ผู้น้อย/เพื่อนกัน
กัน(คู่กับนาย)	สามัญชน(ชาย)	เพื่อนสนิท
เรา	สามัญชน	ผู้มีฐานะเสมอกันหรือต่ำกว่า
เรียม(โบราณ)	ชาย	หญิงคนรัก
ข้าพเจ้า	ชนทุกชั้น(ภาษาทางการ)	บุคคลทั่วไป
อั๊ว(คู่กับลื้อ)	สามัญชน(ชาย)	เพื่อนสนิท
ตัว	สามัญชน	เพื่อนสนิท
หนู	ผู้น้อย	ผู้ใหญ่

第三章 词 类

续表

第二人称代词	说话人	听话人
ใต้ฝ่าละอองธุลีพระบาท	ผู้น้อย	พระราชา
ใต้ฝ่าละอองพระบาท	ผู้น้อย	พระราชินี/พระยุพราช
สมเด็จบรมบพิตรพระราชสมภารเจ้า	พระสงฆ์	พระราชาที่ยกย่อง
บพิตรพระราชสมภารเจ้าหรือมหาบพิตร	พระสงฆ์	พระราชาทั่วไป
พระองค์	ผู้น้อย	พระราชา/เจ้านายชั้นสูง
ท่าน	คนสุภาพ	ข้าราชการชั้นผู้ใหญ่/ผู้ที่ยกย่อง
ฯพณฯ	คนสุภาพ	ร.ม.ต.ขึ้นไป/เอกอัครราชทูต
คุณ	คนสุภาพ	เจ้านายหรือคนสุภาพทั่วไป
เธอ(คู่กับเรา)	ผู้ใหญ่(หญิง)/เพื่อนสนิท (หญิง)	ผู้มีศักดิ์ต่ำกว่า/เพื่อนสนิท (หญิง)
เจ้า	ผู้ใหญ่	ผู้น้อย
หล่อน	ชาย	หญิงที่รัก
นาย(คู่กับเรา)	สามัญชน(ชาย)	เพื่อนสนิท
ตัว	สามัญชน	คนเสมอกันที่สนิทกัน
สู(โบราณ)	ผู้ใหญ่	ผู้น้อย
เอ็ง(คู่กับข้า) แก มึง(คู่กับกู)	ผู้เป็นนาย/ผู้ใหญ่/เพื่อนกัน	คนใช้/เพื่อนกัน
ลื้อ(คู่กับอั๊ว)	สามัญชน(ชาย)	เพื่อนสนิท
เรา	ผู้ใหญ่	ผู้น้อย
หนู	ผู้ใหญ่	เด็ก

表 2　第三人称代词和指代对象

第三人称代词	指代对象
พระองค์	พระราชา/เจ้านายชั้นสูง
พระ ธ(กลอน)	พระราชา/เจ้านายชั้นสูง
ท่าน	เจ้านาย/พระสงฆ์ ผู้นับถือ/คนสุภาพ
เธอ	ผู้ที่ยกย่องหรือเอ็นดูแต่มีศักดิ์ต่ำกว่า
เขา	ผู้เสมอกัน/ผู้ไม่สนิทสนมกัน
แก	สามัญชน
มัน	คนใช้/ คนที่ถูกดูหมิ่นดูแคลน/สัตว์/สิ่งของ

3.6.3.2 不定代词(คำแทนไม่ชี้เฉพาะ)

不定代词是代替不确定的人、事物、方式、原因、处所、时间、状态、数量等的一类词。

不确定的人	ใคร	ผู้ใด	คนไหน	
不确定的事物	อะไร	สิ่งใด	สิ่งไร	ไหน
不确定的处所	ไหน	ที่ไหน	ที่ใด	
不确定的数量	เท่าไร	เท่าใด		
不确定的状态、程度、方式	อย่างไร			
不确定的原因	ทำไม	ไฉน	เหตุใด	
不确定的时间	เมื่อไร	เมื่อใด	เวลาไหน	

不定代词可以表示疑问、泛指、虚指三种意义。

（1）表示疑问

用来询问人、事物、处所、数量、方式、时间、原因等。这是不定代词最主要的语法功能。

询问人、事物、处所、数量的代词可以充任主语、谓语、宾语和定语，一般不能受其他词语修饰。

<u>ใคร</u>โกรธเขา　（主语）

นี่<u>อะไร</u>　　　（谓语）

คุณอยู่<u>ไหน</u>　　（宾语）

เงิน<u>เท่าไร</u>พอ　　（定语）

用来询问时间的代词可以充任主语、宾语、状语。例如：

<u>เมื่อไร</u>วันเด็ก　　（主语）

ไม่รู้<u>เมื่อไร</u>　　（宾语）

คุณรู้<u>เมื่อไร</u>?　　（状语）

用来询问方式、状态、程度、原因的代词可以充当状语，修饰动词性成分。อย่างไร 也可以做定语，修饰名词性成分。 例如：

คำนี้เขียน<u>อย่างไร</u>　　（状语）

ไป<u>ทำไม</u>　　（状语）

<u>ทำไม</u>กระต่ายจึงหางด้วน（状语，对主谓结构 กระต่ายจึงหางด้วน 的修饰）

คำ<u>อย่างไร</u>เป็นคำวิเศษณ์　　（定语）

（2）表示泛指

泛指就是宽泛地指称某一类人或事物。

表示泛指的不定代词可以充任主语、宾语、定语、状语，充任主语、宾语的时候还可以在一定条件下受别的词语修饰。例如：

<u>อะไร</u>ก็ได้ ฉันขี้เกียจเลือก　　（主语）

<u>ใคร</u>ก็ไม่ว่า ขอให้ยอมร่วมมือ　　（主语）

ให้ไปที่<u>ไหน</u> ก็ไปที่นั่น　　（宾语）

เขาพูด<u>อย่างไร</u> ฉันก็ว่าไปอย่างนั้น　　（状语）

หนังเริ่ม<u>เมื่อไร</u> เราก็จะไปถึงเมื่อนั้น　　（状语）

ละคร<u>อะไร</u> แม่ก็ไม่ชอบ　　（定语）

<u>ใคร</u>ที่ยินดีร่วมมือก็สมัครเข้าโครงการนี้ได้ (主语, 受 ที่ยินดีร่วมมือ 的修饰)

ไม่มี<u>อะไร</u>ที่ท่านไม่สนใจหรอก　　（宾语, 受 ที่ท่านไม่สนใจ 的修饰）

表示泛指的不定代词可以重叠，表示周遍的含义，相当于"所有的人或物"。

ใคร ๆ ก็ไม่ชอบ

อะไร ๆ ก็ไม่ซื้อ

（3）表示虚指

没有实际替代意义，只在句法结构中充当虚指宾语。例如：

วิ่ง<u>อะไร</u>กัน ไม่ต้องรีบร้อนหรอก （宾语）

หน้าบ้านเต็มไปด้วยทรายกรวด ไม้ซุง <u>อะไร</u>พวกนั้น（介宾）

ดี<u>อะไร</u>กัน แย่เต็มทีแล้ว（形容词带虚指宾语）

3.6.3.3 指示代词（คำแทนบ่งชี้）

指示代词用来指定人、事物或方式、状态。指示代词分为两组：指示代词和限制性指示词。

指示代词	นี่	นั่น	โน่น	นู่น
限制性指示词	นี้	นั้น	โน้น	นู้น
	近指	较远指	远指	远指

指示代词都不能受其他词语修饰。

限制性指示词可以跟其他成分组合，构成复合指示代词。例如：

อย่างนี้ อย่างนั้น เช่นนี้ เช่นนั้น แบบนี้ แบบนั้น

指示代词 นี่ นั่น โน่น นู่น 和限制性指示词 นี้ นั้น โน้น นู้น 的区别：

（1）一般情况下，指示代词可以单独充当句法成分，不充当修饰语。

<u>นี่</u>คือหนังสืออุเทศ（主语）

<u>นี่</u>หนังสือของผม（主语）

<u>นี่</u>เป็นเรื่องจริง（主语）

ดู<u>โน่น</u>แน่ะ（宾语）

ผมอยู่<u>นี่</u>（宾语）

เอา<u>นั่น</u>มาให้ทีซิ（宾语）

เธออยู่<u>โน่น</u>（宾语）

限制性指示词多数情况下用来充当修饰语。例如：

คน<u>นี้</u>　โต๊ะตัว<u>นั้น</u>　เที่ยวครั้ง<u>โน้น</u>

เรื่อง<u>นี้</u>คุณไม่ทราบหรือ

หนักออกอย่าง<u>นี้</u> ใครจะยกไหว

ทำเช่น<u>นั้น</u> เป็นการดูถูกชัด ๆ

限制性指示词可以用来替代前面句子所述内容，在后续句中充当主语。例如：

มูลภาวะเป็นสิ่งอันตรายต่อชีวิตมนุษย์　<u>นี้</u>เป็นความรู้ที่ควรเผยแพร่โดยทั่วถึง

（2）量词后面可以用 นี้　นั้น　โน้น 修饰，而不能用 นี่　นั่น　โน่น 修饰。例如：

รถคัน<u>นี้</u>　มีดเล่ม<u>นั้น</u>　เที่ยวครั้ง<u>โน้น</u>

*รถคันนี่ *มีดเล่มนั่น *เที่ยวครั้งโน่น

（3）名词、名词性词组后面可以用 นี่　นั่น　โน่น 修饰，也可以用 นี้ นั้น　โน้น 修饰。例如：

รถนี่ มีดนั่น ตึกสูง ๆ โน่น

รถนี้ มีดนั้น ตึกสูง ๆ โน้น

前者表示"……这类东西"，泛指。后者表示"这一品种（品牌）的一类东西"，定指。例如：

รถนี่ขับง่าย

รถนี้ขับง่าย

（4）时间词后面可以用 นี้　นั้น　โน้น 修饰，不能用 นี่　นั่น　โน่น 修饰。例如：

วันนี้ คืนนั้น ปีโน้น

*วันนี่ *คืนนั่น *ปีโน่น

(5)这两组指示性词语 นี่ นั่น โน่น นู่น 一般只用来替代或特指名词或名词词组，นี้ นั้น โน้น นู้น 则可以跟介词组合，做介宾词组的宾语。例如：

นี่ มือถือใหม่ของฉัน

นั่น มันเรื่องเก่าสมัยโน้น

มือถือใหม่ของฉันอยู่ในนี้

ตั้งแต่นั้นมา ฉันไม่เคยพบเธอเลย

ใน บน ข้าง ตรง แถว 只跟 นี้ นั้น โน้น 组合。จาก ที่ ตั้งแต่ 既可以跟 นี้ นั้น โน้น 组合，也可以跟 นี่ นั่น โน่น 组合。跟 นี้ นั้น โน้น 组合时，นี้ นั้น โน้น 代表时点意义，跟 นี่ นั่น โน่น 组合时，นี่ นั่น โน่น 代表地点意义，两者不能互换。例如：

จากนี่ไปอีก ๒๐ เมตรเป็นหลุมลึก

จากนี้ไปอีก ๒๐ วันเป็นวันดี

เดินจากนั่นมาถึงนี่

หลังจากนั้นก็มานี่

ขอฝากกระเป๋าไว้ที่นี่

ขอขอบคุณไว้ ณ ที่นี้

（本组例句引自 พ.นววรรณ ไวยากรณ์ไทย ๒๕๕๘ หน้า ๒๘）

3.6.3.4 指别代词（คำแทนบอกความต่าง）

指别代词表示区分。泰语里的指别代词有：

ต่าง บ้าง ทุก อื่น อื่นๆ แต่ละ

ต่าง

与动词组成主谓词组，说明它前面的名词或代词所表示的施动者分别进行同样的动作或分别处于同样的状态。例如：

ชาวประมงต่างจับปลา
นกน้อยต่างหากินตามพุ่มไม้
ประเทศอาเซียนต่างตกอยู่ในภาวะวิกฤตทางการเงิน
ลูก ๆ ต่างถูกตบคนละที
ต่าง...ต่าง...
表示分别实施某一行为或分别具有。例如：
ต่างคนต่างอยู่
ต่างคนต่างมีความเห็นของตน
บ้าง（有些）
与动词或形容词组合成主谓词组，说明它们前面的复数名词或代词所表示的对象分别进行不同的行为或处于不同的状态中。
ภูเขาบ้างสูงบ้างต่ำ
นักเรียนบ้างก็เล่น บ้างก็เรียน
พวกข้าศึกบ้างถูกจับ บ้างถูกยิงตาย
ทุก（每、各）
位于名词或量词之前，指全体中的所有个体。例如：
ทุกคน（每人）ทุกบ้าน（每家，各家，家家） ทุกเล่ม（每本，本本）ทุกท่าน（每位，各位） ทุกแห่ง（每处，各处，处处）
แต่ละ（每一）
位于名词或量词之前，指全体中的每一个个体。
แต่ละคน（每个人）
แต่ละบ้าน（每一家）
แต่ละเล่ม（每一本）
แต่ละท่าน（每一位）
แต่ละแห่ง（每一处）

อื่น อื่นๆ（其他）

位于名词或量词之后，指一定范围以外的人或事物。อื่น 可用于单数，也可用于复数，อื่นๆ 则仅用于复数。例如：

สัตว์อื่น(อื่น ๆ) （其他动物）

หนังสือเล่มอื่น(อื่น ๆ) （其他书）

เรื่องอื่น(อื่น ๆ) （其他事）

บ้านหลังอื่น(อื่น ๆ) （其他房子）

思考与练习

1. 重叠的不定代词在使用上有什么特点？
2. นี่ นั่น โน่น 和 นี้ นั้น โน้น 在用法上有何异同？表达的意义如何？请举例说明。
3. 判断下列词组是否正确：

    นักศึกษาเรา

    ทุกคนต่างยอมบ้างไม่ยอมบ้าง

    สุนัขวิ่งจากโน้นมานี่

    อาหารมื้อนี่อร่อย

    ผมไปนั้นก่อน

4. 用 ต่าง ต่าง...ต่าง... บ้าง ทุก แต่ละ 各造两个句子，比较语义和用法的不同。

3.7 动词（คำกริยา）

3.7.1 泰语的动词大体表示下列几种语法意义：

动作、行为　พูด เขียน ยิง พบ ประชุม โฆษณา ค้าขาย ให้（给）

静态行为　นอน พัก นิ่ง คอย

心理活动	ชอบ รัก ยอม กลัว เกลียด เข้าใจ อยาก
发生、变化	เกิด ปรากฏ ขยาย กลาย พัฒนา หมด สิ้น เปลี่ยน
存在	มี อยู่ ดำรง
判断、解释	เป็น คือ คล้าย เหมือน เท่า
致使	ให้（使，让）ทำให้ ขอ ขอให้ ทำ(หาย)

3.7.2 动词的语法功能

3.7.2.1 大部分动词可以带宾语，叫做及物动词。少数动词不能带宾语，叫做不及物动词。

（1）及物动词（สกรรมกริยา），例如：

ทาน ซื้อ ถาม เรียน กลัว ยก ตั้ง ปลูก ถอน ให้（给）ปลอบ สร้าง สาด สนใจ

及物动词带宾语：

ทานข้าว ซื้อของ ถามใคร เรียนหนังสือ กลัวมืด
ยกเก้าอี้ ตั้งโต๊ะ ถอนเงิน ปลูกดอกไม้ ให้รางวัล
สาดน้ำ ปลอบน้อง สร้างบ้าน สนใจความหมาย

我们说及物动词可以带宾语，并不意味着及物动词在句法结构中出现时必然带着宾语。及物动词不带宾语的情况在语言交际中是很常见的。例如：

เธอ<u>เข้าใจ</u>ไหม？ ไม่<u>เข้าใจ</u>
เด็กคนนี้<u>เรียน</u>เก่งตั้งแต่เล็ก
ธนาคารนี้ดี <u>ถอน</u>ไว<u>ฝาก</u>ง่าย

必须带宾语的及物动词在泰语里只是极少数。例如：

คือ เป็น（是）ใช่...ไม่ เห็นว่า กลายเป็น

有些及物动词可以带双宾语（ทวิกรรม）。这类动词只是有限的几个。例如：

ให้（给） ป้อน บอก ถาม แจก คืน ถวาย มอบ
ให้เงินคุณแม่
ป้อนข้าวเด็ก
บอกข่าวเพื่อน
ถามปัญหาครู
แจกหนังสือนักเรียน
คืนของเพื่อนบ้าน
ถวายดอกไม้พระพุทธรูป
มอบรางวัลนักกีฬาดีเด่น

（2）不及物动词（อกรรมกริยา），例如：

ลุก สะดุ้ง ยิ้ม ทะเลาะ บาน โรย เดือด ร้องไห้ ตื่น หลับ เดิน กระโดด แล้ว(งานแล้วหรือยัง)

不及物动词在任何时候都不能带受事宾语。

3.7.2.2 动词大都不受程度副词 เหลือเกิน 的修饰

表示心理活动的动词虽然能受程度副词 เหลือเกิน 修饰，但因为它们都能带宾语，所以，很明显它们还是动词；不及物动词虽然不能带宾语，但因为它们不受程度副词 เหลือเกิน 修饰，所以仍然可以判断为动词。见下表：

例词	带宾语	受 เหลือเกิน 修饰	所属词类
เขียน คอย มี ขาย	√	×	及物动词
รัก กลัว เหมือน เกลียด	√	√	及物动词
ลุก สะดุ้ง ตื่น โรย	×	×	不及物动词

动词的上述语法功能可以用来辨别一些单从词义上看不易区分类别的词。见下表：

例词	带宾语	受 เหลือเกิน 修饰	所属词类
ดีใจ ตื่นเต้น	×	√	形容词
ยิ้ม	×	×	不及物动词
หัวเราะ	√	×	及物动词
ชอบ รัก	√	√	及物动词

3.7.2.3 动词或动词性词组可以在句法结构里充当主语、谓语、宾语、状语，还可以直接充当定语。例如：

ทำดีกว่าพูด กินจุไม่ดีเลย （主语）

ผมชอบที่พี่หาซื้อมา （谓语）

เด็กคนนี้กลัวว่ายน้ำ （宾语）

แกยอมแพ้แล้วหรือ （宾语）

พูดตาม （状语）

หนูน้อยมองเข้าไปในห้อง （状语）

แต๋วเป็นเด็กเรียนเก่ง （定语）

หมอผ่าตัดคือใคร （定语）

เด็กเรียนเก่ง 和 หมอผ่าตัด 中的 เรียนเก่ง 和 ผ่าตัด 孤立出现时既可理解为 เด็ก 和 หมอ 的定语，也可以理解为它们的谓语。其表层形式没有区别，只有靠语境分析才能确定它们之间的结构性质。

3.7.2.4 动词重叠（见 2.3.2.2 重叠）

3.7.2.5 动词里一个特殊的小类——趋向动词（กริยาแสดงทิศทาง）

趋向动词大都出现在动词、动词词组或形容词之后（个别在前）做状语，表示行为、动作或状态的变化趋势。也有的只是表示趋向的引申义。泰语趋向动词共有 22 个。

单纯趋向动词：12 个：ไป มา ขึ้น ลง เข้า ออก กลับ เสีย ไว้ เอา ดู ให้

复合趋向动词：10 个：ขึ้นไป ขึ้นมา เข้าไป เข้ามา ลงไป ลงมา ออกไป ออกมา กลับไป กลับมา

ไป ① 表示动作趋向是离说话者而去
　　ส่งไป ขายไป เดินไป
② 表示事情已然发生
　　งีบไปหน่อยหนึ่ง
　　จ่ายไปเมื่อวาน
③ 表示曾经持续一段时间
　　เธอร้องไห้ไปตลอดทาง
　　คุยไปหลายชั่วโมง
④ 表示两件事情同时发生
　　กินไปพูดไป
　　ทำไปบ่นไป
⑤ 表示过分
　　สูงไป
　　แพงไป
⑥ 表示动作行为发生在距说话时较远的某一时点
　　ฉันไปนึกได้เมื่อเขาเตือนเป็นครั้งที่สาม
　　（这里的 ไปนึกได้ 不是连动式，与 ไปซื้อของ 不同，见 4.5.2 连动式）

มา ① 表示动作的趋向是朝说话者而来
　　ส่งมา
　　เดินมา
② 表示已经历过
　　เห็นมากับตา

สองสามปีมานี้

③ 表示过去发生、一直持续至今，并有可能继续延续下去

พักที่นี่มาหลายวันแล้ว

รถติดอย่างนี้มาสองชั่วโมงแล้ว

④ 表示动作或行为发生在离说话时较近的时段里

ฉันมาสนิทสนมกับเขาเมื่อปีที่แล้วนี่เอง

ขึ้น ① 表示方向向上

หงายขึ้น

ยกมือขึ้น

② 表示甚于以往（多用于褒义或数量增加、程度增强）

โตขึ้น

ดีขึ้น

เพิ่มขึ้น

③ 表示发生或出现

แต่งเพลงขึ้น

สร้างตึกขึ้น

ลง ① 表示方向向下

คว่ำลง

ก้มหัวลง

กดลง

② 表示甚于以往（多用于贬义或数量减少、程度减弱）

หน้าซีดลง

ทรุดลง

ลดลง

③ 表示终结

    ยุติลง

    จบลง

    สิ้นสุดลง

เข้า ① 表示催促

    เร็วเข้า

    รีบทำเข้า

    แต่งตัวเข้า

② 表示事出偶然

    ไปเจอเพื่อนเข้า

    เห็นเข้า

③ 表示距离缩小

    หดเข้า

    กระชับเข้า

④ 强调不满

    ดูพูดเข้าแน่ะ

ออก ① 表示扩展。

    แผ่ออก

    ขยายออก

    กางออก

② 表示显现、实现或表达出来

    ขุดออก

    คิดออก

    พูดออก

第三章 词　类

กลับ　表示回转
　　　เอากลับ
　　　ชิงกลับ
　　　เตะกลับ
เสีย　① 表示情况已经发生，多用于消极意义
　　　ดินสอหักเสียแล้ว
　　　ถูกเผาเสียแล้ว
　　② 表示立刻实行
　　　ทานยาเสีย
　　　รีบไปเสียเดี๋ยวนี้
　　③ 表示强调
　　　ไม่รู้อะไรเสียเลย
　　④ 表示引发结果
　　　มัดเสียจนเจ็บ
　　　กินเสียหมด
ไว้　表示有定
　　　นิ่งไว้　อย่าขยับ
　　　จำไว้
　　　ใจเย็น ๆ ไว้
　　　ถือไว้
　　　เปิดประตูไว้
เอา　① 表示获取
　　　หยิบเอาซิ
　　　ตักแกงเอาซิ

② 表示承受（消极意义）

ถูกหมากัดเอา

อย่าไปแหย่เขา เดี๋ยวเขาจะโกรธเอา

③ 表示肯定

มองไม่เห็นแล้วเป็นอ่านไม่ได้เอาทีเดียว

ตัดสินเอาเองซิ

④ 动词 + เอา 的重叠形式表示急速地重复某一动作

เขาคงหิว จึงกินเอากินเอา

มันต่อยเอาต่อยเอาจนเขาฟุบอยู่ตรงนั้นเอง

ดู 表示尝试或不肯定

ฟังดูก็แล้วกัน อย่าไปว่าอะไร

เดาดูซิ ในกล่องนี้มีอะไร

ให้ 表示施与或代劳

เขาซื้อแหวนให้

เขาวาดให้

เขาทำกับข้าวให้

复合趋向动词表示复合的趋向或引伸意义。

这些词出现在动词、动词性词组或形容词之后，充当状语。

ดึงขึ้นไป

เอาลงมา

นำกระเป๋าเข้าไป

พูดคำนั้นออกมา

ลากแหขึ้นมา

ดำลงไปในน้ำ

ฝนสาดเข้ามา

ถูกไล่ออกมา

ผมเตะฟุตบอลกลับไป เขาก็เตะกลับมา

思考与练习

1. 什么是动词？动词一定表示动作吗？
2. 汉语不及物动词有时候也可以带宾语，如："王冕七岁上死了父亲"（死是不及物动词），这类宾语有什么特点？泰语有没有类似现象？请将上述句子翻译成泰语，比较汉泰语言不及物动词的语法功能有何异同。

3.8 形容词（คำคุณศัพท์）

3.8.1 形容词的语法意义

形容词通常用来修饰名词，说明人或事物的性质、状态等。

用来说明人或事物的性质的形容词，叫性质形容词；用来表示人或事物的状态的形容词，叫状态形容词；形容词还有两个特殊的小类，一个是区别词（又叫非谓形容词），一个是象声词。

性质形容词（คำคุณศัพท์บอกลักษณะ）：

ดี ชั่ว อ้วน ผอม แก่ หนุ่ม ใหญ่ เล็ก หนา บาง สูง เตี้ย กว้าง แคบ อ่อน แข็ง กลม แบน แดง ขาว คำ เขียว เหลือง ม่วง ดัง ค่อย แหบ ไพเราะ หอม เหม็น อับ สาบ จืด เค็ม หวาน มัน เผ็ด เปรี้ยว อร่อย ร้อน เย็น ขยัน ขี้เกียจ หนาว อุ่น เร็ว ช้า นาน ไว ด่วน ใกล้ ไกล ห่าง ชิด ฉลาด โง่ ว่องไว เลอะเทอะ เรียบร้อย ละเอียด กระชับ ยากจน เย็นตา เบามือ ผิด ถูก แน่นอน ถูกต้อง ฯลฯ

状态形容词（คำคุณศัพท์บอกสภาพ）：

ร่ำรวย หละหลวม ดี๊ดี ขาวจั๊ว สว่างจ้า ใหญ่เบ้อเร่อ

区别词（คำคุณศัพท์ขยายนามโดยเฉพาะ）：

บรรดา ทั่วไป เรื้อรัง

象声词（คำเลียนเสียง）：

จั๊ก ๆ ตุบตับ เจี๊ยวจ๊าว

3.8.2 性质形容词

（1）形容词可以受程度副词的修饰（下画横线的都是程度副词）

ไกลมาก	ดีเหลือเกิน	เหมาะทีเดียว
อ้วนมาก	เซ่อเหลือเกิน	ถูกต้องทีเดียว
หอมมาก	ร้อนเหลือเกิน	แน่นอนทีเดียว
ฉลาดมาก	หวานเหลือเกิน	ล้าสมัยทีเดียว
ไพเราะมาก	ช้าเหลือเกิน	สวยทีเดียว
ฉุกละหุกมาก	ขี้เหนียวเหลือเกิน	น่าดูทีเดียว

形容词除受程度副词修饰外，还可以用重叠方式表示程度的差别或感情色彩的浓淡（见 2.3.2.2）。重叠后的形容词因本身已经具有了程度的意义，因而不能再受程度副词修饰。

（2）形容词可以修饰名词，充当定语。例如：

คนไทยชอบอาหารเผ็ด

ต้นไม้ใหญ่มีประโยชน์หลายอย่าง

ที่นี่มีกระทงสวย ๆ ขาย

คนชั่วแสนชั่วแบบนี้ใครจะไปสงสารมัน

泰语中形容词修饰名词，一般情况下形容词在名词之后。

但也有个别例外，例如：

มากคนมากเรื่อง
น้อยคนนักที่ไม่รักลูกของตน

泰语里有一部分形容词既可以修饰名词性成分也可以修饰动词性成分。例如：

เร็ว	ม้าเร็ว	เดินเร็ว
ขยัน	เด็กขยัน	เรียนขยัน
ถูก	ของถูก	ซื้อถูก
เรียบร้อย	คนเรียบร้อย	แต่งตัวเรียบร้อย
ดี	เด็กดี	พูดดี
แน่นอน	เรื่องแน่นอน	กำหนดแน่นอน
เก่ง	ผู้หญิงเก่ง	โกหกเก่ง
ง่าย	งานง่าย	เลี้ยงง่าย

这些词既能修饰名词做定语，又能修饰动词做状语。它们在词的分类上依然归为形容词而不是副词，理由如下：

① 除了可以修饰动词之外，这些词具备形容词的所有特征，比如可以受程度副词修饰，而动词不能受程度副词修饰。

② 修饰动词的形容词和修饰名词的形容词在意义和用法上没有区别。

③ 副词大都不能修饰名词，且不能单独充当谓语。而这些词都能修饰名词，且可以单独充当谓语。因此它们跟副词不属于同一类。

（3）形容词可以单独充当谓语。例如：

นวนิยายเรื่องนี้สนุก
สถานการณ์เดี๋ยวนี้แย่
แม่ฉันแก่แล้ว
มือเขาสกปรก

บ้านป้ากว๊างกว้าง

การเจรจาครั้งที่แล้วราบรื่น

（4）形容词可以做宾语。例如：

คนไทยนิยมกินเผ็ด

ฉันกลัวหนาว

เขาเป็นใหญ่

ผมเกลียดอ้วน

หญิงไทยรักสวยรักงาม

（5）形容词可以修饰动词做状语

ต้องคิดรอบคอบ

เขาถูกเฆี่ยนหนัก ๆ หลายที

พูดดีๆหน่อยก็หมดเรื่อง

หนูเจนอยากเขียนสวย ๆ

ล้อมข้าศึกไว้หนาแน่น

ยายหลับสนิทเสียแล้ว

คุยกันชื่นใจทีเดียว

ซุบต้มนานถึงจะอร่อย

形容词做宾语与形容词做状语表面形式一样，都是“动词＋形容词”。实际上内部语法关系不同，是性质不同的两类语法结构。在交际时需要根据语境区分其语法关系，正确理解和表达。区分这两类结构有以下两种方法：

① 在动词后面插入名词性宾语。例如：

ก. เขากินเผ็ด　　เขากินอาหารเผ็ด

ข. เขากินจุ　　เขากินอาหารจุ

เขากินอาหารเผ็ด
主　谓　　
　　述　　宾　　
　　　　中　定　
เขากินอาหารจุ
主　谓　　
　　　中　状　
　　述　宾　

ก. 句中的 อาหาร 与 เผ็ด 组成中定结构，共同充当 กิน 的宾语；

ข. 句中的 อาหาร 充当 กิน 的宾语，述宾结构接受 จุ 的修饰，组成动词性中状结构。จุ 是用来修饰 กินอาหาร 这个述宾结构的，而不是修饰名词 อาหาร。这正是 ก.ข.两句的根本区别。ก.句中的 กิน 与 เผ็ด 的结构关系只能是述宾关系，而 ข.句中的 กิน 与 จุ 的结构关系只能是中心语与状语的关系。

② 述宾结构中间不能插入否定副词 ไม่，而中状结构可以。

ก. เขากินเผ็ด　　เขากินอาหารเผ็ด　　＊เขากินไม่เผ็ด

ข. เขากินจุ　　เขากินอาหารจุ　　เขากินไม่จุ

（6）形容词一般不能带宾语。少数兼属动词的形容词在作为动词时可以带宾语。例如：

① ร้อนเงิน เย็นใจ หนักแผ่นดิน เบาสมอง

② ไกลป่า ใกล้บ้าน อิ่มข้าว หิวน้ำ เปื้อนเสื้อ ผิดวินัย ยาว ๕ เมตร

①组表面看似乎是形容词+名词。实际上它们只是由两个语素组成的合成词而不是句法结构（短语），理由是：前后两个成分之间结合紧密，不能随便拆开或插入其他成分；每个词所表达的概念是单纯的、固定的，前后两个语素所表示的意义在合成词中是融合在一起的，而不是简单的

相加。例如：

เย็น（冷）+ใจ（心）= เย็นใจ（安心、宽心）

ร้อน（热）+เงิน（钱）=ร้อนเงิน（手头拮据，急需钱用）

หนัก（重）+แผ่นดิน（大地、国家）= หนักแผ่นดิน（有负于国家，社会渣滓）

เบา（轻）+สมอง（头脑）=เบาสมอง（不费脑子）

②组 ไกลป่า ใกล้บ้าน อิ่มข้าว หิวน้ำ เปื้อนเสื้อ ผิดวินัย ยาว ๕ เมตร 中的 ไกล ใกล้ อิ่ม หิว เปื้อน ผิด ยาว 与后面的名词、数量词 ป่า บ้าน ข้าว น้ำ เสื้อ วินัย ๕ เมตร 是述宾关系，带宾语时应视为及物动词。这种情形与汉语中的“委屈”“端正”“宽大”是一样的[①]。

这些词跟名词组合后本身不能再受程度副词修饰（有的整个词组可以受程度副词修饰，如：ไกลบ้านมาก，但其本身依然不能），其语法性质已经变为动词。

前面我们还讲到泰语的个别形容词修饰名词时位于名词之前，如 มากคน น้อยคน 等，表面看其形式也是形容词+名词，但它们之间是修饰关系，มากคน=คนจำนวนมาก น้อยคน=คนจำนวนน้อย 不构成述宾关系，มาก น้อย 仍然是形容词。

此外，形容词可以带虚指宾语，如：

ดีอะไร(ไม่ดีหรอก)

รวยอะไร(ไม่เห็นรวยเลย)

3.8.3 状态形容词

状态形容词包括下列几种：

① 朱德熙，《语法讲义》，北京：商务印书馆，1982 年，第 56 页。

（1）性质形容词的重叠形式：

AA 式：

前一音节轻读，后一音节重读。重叠后语法意义是在基式基础上程度变轻：

ดี ดีๆ

สวย สวยๆ

ง่าย ง่ายๆ

สะอาด สะอาดๆ

แคบ แคบ ๆ

จน จน ๆ

ใกล้ ใกล้ ๆ

เบา เบา ๆ

มืด มืด ๆ

单音节形容词变调重叠，$A^{55}A$ 式，第一音节变成高调 55，第二音节保持原调，表示程度加深：

ดี๊ดี สว๊ยสวย สะอ๊าดสะอาด

AABB 式双音节形容词（内部结构一般意义相反或相对）：

ดีๆชั่วๆ ขาวๆดำๆ สูงๆต่ำๆ เปรี้ยวๆหวานๆ

A แสนA 式：

ดีแสนดี สวยแสนสวย ง่ายแสนง่าย สะอาดแสนสะอาด

（2）单音节形容词后面附加近义词或有关涉义的词，组成复合词。例如：

เขียว（绿）+ ขจี（鲜亮）= เขียวขจี（绿油油）

แดง（红）+ ก่ำ（紫红）= แดงก่ำ（通红）

เหลือง（黄）+ อร่าม（闪光）+ เหลืองอร่าม（黄灿灿）

สว่าง（明亮）+ จ้า（耀眼）+ สว่างจ้า（亮闪闪）

แข็ง（硬）+ ทื่อ（钝）= แข็งทื่อ（硬邦邦）

ใหญ่（大）+ เบ้อเร่อ（巨大）= ใหญ่เบ้อเร่อ（特大）

（3）单音节形容词后附加特定的词缀（本身无实际语义）。例如：

ขาว（白）+ จั๊ว = ขาวจั๊ว（雪白）

เย็น（凉）+ เจี๊ยบ = เย็นเจี๊ยบ （冰凉）

状态形容词有如下语法特点：

不受程度副词修饰，能修饰名词，也能修饰动词，可以单独充当谓语，一般不做宾语。

3.8.4 区别词（คำคุณศัพท์ขยายนามโดยเฉพาะ）

有少数形容词只能修饰名词，充当定语，不能受程度副词修饰，不能修饰动词，也不能单独充当谓语。这样的形容词属于区别词。例如：

บรรดา ทั่วไป ส่วนตัว เปล่า(น้ำเปล่า) บาง(บางคน) เรื้อรัง

ปัจจุบันทันด่วน หัวปี สุดท้อง ใด(ใด ๆ) นานา ถึก เถื่อน ฯลฯ

3.8.5 象声词(คำเลียนเสียง)

象声词表示对声音的模拟。例如：

วู่ เปรี้ยง ตูม ปัง จั้ก ๆ โครมคราม ติ๊ก ๆ ซู่ซ่า กระต๊าก ตุบตับ ตุ๊ก ๆ เจี๊ยวจ๊าว ฮิ ๆ ฮา ๆ กรอบแกรบ ฯลฯ

象声词在不同的语言里表达方式有很大的差异，所以归属词类也不一样。泰语象声词具有跟形容词一样的如下特点：

（1）可以修饰名词，也可以修饰动词。

ได้ยินเสียงน้ำซู่ซ่า น้ำไหลซู่ซ่า

เสียงโครมครามดังแว่วมา　　ฟ้าร้องโครมคราม

（2）可以单独充当谓语。

เสียงลมวู่ๆ　　เสียงปืนเปรี้ยงๆ

（3）不能带宾语。

象声词与性质形容词不同的是象声词不受程度副词修饰。

思考与练习

1. 泰语形容词的重叠形式有几种？它们表达什么样的语法意义？ดีๆ 和 ดี๊ดี 在意义上一样吗？请举例说明。比较汉语形容词的重叠形式：好好儿的、远远儿的、美美儿的、高高儿的、慢慢儿的等，指出两种语言有什么相同点和不同点？
2. 性质形容词组成四音格后语法功能有何变化？请举例说明。
3. 单音节形容词变调重叠在泰语和汉语中各有哪些形式？两者在构词形式和语义变化上有何异同？

3.9 副词（คำกริยาวิเศษณ์）

3.9.1 副词的语法意义

副词通常用来修饰动词、形容词，表示时间、范围、程度、情状、肯定、否定等。

泰语中常用的副词有：

时间副词：เพิ่ง　เคย　จะ　กำลัง　...อยู่　กำลัง...อยู่　เสมอ　จวน　พอดี(มาถึงพอดี)　ทันที　หยกๆ　ประเดี๋ยว　ตลอด　ฉับพลัน　ค่อย

(ค่อยว่ากัน) ยัง แล้ว (เห็นแล้ว)

范围副词：ล้วน เพียง แค่ เกือบ ทั้งนั้น ก็(ก็ถูก ใคร ๆ ก็ด่า) อีก กัน(คุยกัน) ด้วย ด้วยกัน ทั่ว แต่

情状副词：มัว มัวแต่ ทะยอย เรื่อย บังเอิญ เกิด(เกิดไม่มา) พากัน พลอย ขืน(ขืนไม่ทำ)

程度副词：มาก(ดีมาก) เหลือเกิน นัก(หนาวนัก) ที่สุด ยิ่ง(ฉลาดยิ่ง)

能愿副词：พึง คง อาจ อาจจะ น่าจะ ...ให้ได้ เห็นจะ ...ได้ ต้อง จะ จักต้อง ควร จะได้ ท่าจะ

否定副词：ไม่ มิ ไม่ได้ มิได้ หา...ไม่ หา...มิได้ อย่า อย่าเพิ่ง อย่าได้ ใช่(ใช่...ไม่)

3.9.2 副词的语法功能

（1）副词主要用来修饰动词或动词词组、形容词，在句中做状语。有些副词也可以修饰副词。

修饰动词或动词词组：

เธอคงทราบเรื่องแล้ว

เพื่อน ๆ ล้วนไม่ชอบเขา

หนังสือเล่มนี้ฉันหวงเหลือเกิน

น่าอิจฉามาก

พลอยยังโกหกไม่เป็น

从以上例子可以看出，副词修饰动词时，有的副词位于动词之前，有的副词位于动词之后；副词在动词之后时，动词和副词之间可以插入宾语；一个动词可以同时受两个或两个以上的副词修饰。

修饰形容词：
กำแพงเมืองจีนเป็นกำแพงยาว<u>ที่สุด</u>ของโลก
ห้องนี้ไม่ใหญ่<u>พอ</u>สำหรับต้อนรับแขกตั้ง ๒๐ คน
เขา<u>เคย</u>รวยตอนหนุ่ม ๆ
ตึกหลังนั้นมืด<u>หมด</u>แล้ว
สภาพเศรษฐกิจจะดีขึ้น<u>เรื่อย</u> ๆ

副词修饰形容词，也是有的在形容词之前，有的在形容词之后。两个或两个以上的副词可以同时修饰一个形容词。

修饰副词：
<u>ไม่เคย</u>รู้
ขืน<u>จะ</u>ไม่ไป
<u>จะต้อง</u>ไม่ยอม

（2）副词一般不能修饰名词，这是副词与形容词最明显的区别。但这里有以下几种特殊情况：

①某些强调范围或数量的副词除修饰动词、形容词外，还可以修饰数量词组或强调范围和量、次概念的指代成分。

เพียง	เพียง ๕ นาทีก็ถึง
	เพียงเท่านี้ก็พอใจแล้ว
	เพียงดู ๆ หน่อยจะเป็นอะไรไป
แค่	แค่ถุงเดียว
	แค่นี้เอง
	แค่เห็นเข้าก็โกรธเต็มทีแล้ว
เกือบ	อายุของปู่เกือบ ๘๐ ปี
	เกือบตอบไม่ทัน

ไม่ ไม่กี่คนหรอก

ไม่ทุกคน

ไม่ไปก็ได้

อีก อีก ๓๐ วันก็จะออกดอก

ฉันไม่อยากพูดอีก

ราว ราว ๆ ผลิตผลเฉลี่ยนต่อไร่ราว ๆ ๔๐๐๐กิโลฯ

คร่าว ๆ แผนการคร่าว ๆ มีดังนี้

泰语中的数量词组与汉语一样，也兼有谓词性质[①]，因此，上面例句中数量词组前的副词，我们仍然把它看作状语。

有时候看似副词修饰名词，实际上只是在后续句（ประโยคไม่เริ่ม）特定语境中的省略形式。例如：

ก. (ตุ้ยกำลังว่ายน้ำ) ข. ติ๋วด้วยใช่ไหม?

ข. 句中的副词 ด้วย 看上去像是直接修饰名词 ติ๋ว，实际上这个句子的深层结构是 ติ๋วกำลังว่ายน้ำด้วยใช่ไหม。ด้วย 修饰的实际上是 กำลังว่ายน้ำ 这个隐含的动词词组。如果没有前面的始发句，ข.句是不能成立的。

同样，เพื่อนด้วยกัน ต้องเห็นใจบ้างซิ 其深层结构也是 เป็นเพื่อนด้วยกันต้องเห็นใจบ้างซิ。副词 ด้วย 并不与 เพื่อน 发生直接修饰关系，它所修饰的实际是隐含的 เป็น。

ต้องโค้คซิ 是 ต้องกินโค้คซิ 的省略形式，ต้อง 修饰深层结构中的 กิน。这种情况多出现在口语中。在进行词组分析时，必须补足深层结构中的隐含成分，才能分析到位。

②某些表示时间变化的副词可以修饰时间词。

พรุ่งนี้ พอดีวันสงกรานต์

เพิ่งจะตี ๕ เองหรือ?

---

① 朱德熙，《语法讲义》，北京：商务印书馆，1982年，第140—141页。

第三章 词 类 95

วันนี้วันเสาร์อีกแล้วนะ

③副词一般不能单独充当主语、谓语或宾语。这也是副词区别于动词、形容词的又一个重要标志。泰语里的个别副词，在会话语境中的后续句中可以单独充当谓语。常见的有下面一些词：

(ก. ทำได้ไหม?) ข. ได้

(ก.ควรซื้อไหม?) ข.ควร

(ก.วันนี้ผมขอลา) ข. อ้าว อีกแล้ว

(ก. แม่จะไม่ช่วยลูกอีกแล้ว) ข.อย่านะแม่

(ก. ทานข้าวหรือยัง) ข.ยัง

(ก. ใครเคยไปเมืองจีน?) ข.ผมเคย

(ก.สนใจเขาไหม?) ข. ไม่หรอก

(ก.ต้องเช็ดหรือเปล่า?) ข. ต้อง

思考与练习

1. 举例说明泰语副词和形容词的区别。
2. 请判断下列句子是否正确，理由是什么？

   ก. วันนี้หนาว เมื่อวานไม่หนาว

   ข. วันนี้ไม่วันอาทิตย์ ทำไมไม่ไปโรงเรียน

   ค. ไมเคิลมาจากอังกฤษ แต่พูดไทยชัดเหมือนคนกรุงเทพฯ

   ง. จอชพูดไทยสำเนียงฝรั่งมาก

   จ. เสื้อตัวนี้เกือบสวย
3. 能修饰、限制数量词的副词有哪些？试一一列举并举例说明。

3.10 介词（คำบุพบท）

3.10.1 介词的语法意义

介词一般与名词组合，构成介词词组，主要用来修饰动词，引出与动作行为相关的对象、时间、处所、目的、原因、方式等。有时也与动词的名词化形式组合，组成介词词组，修饰动词。介词词组有时也用来修饰形容词。

3.10.2 常用介词及其分类

（1）表示泛指处所。　ตาม　ตลอด

คนไทยชอบปลูกดอกไม้<u>ตาม</u>บริเวณบ้าน

นิดไปซื้อของ<u>ตาม</u>ถนนเยาวราช

เขาสองคนคุยกัน<u>ตลอด</u>ทาง

ต้นไม้ขึ้นงาม<u>ตลอด</u>สองข้างถนน

（2）表示确指的处所或其引申义。

ใน นอก บน ใต้ เหนือ ตรง ณ ที่ ระหว่าง

นามบัตรผมเก็บไว้<u>ใน</u>ลิ้นชัก

แกสนใจ<u>ใน</u>เรื่องวรรณกรรม

แมวนอนหลับอยู่<u>ใต้</u>เตียง

อยู่<u>ใต้</u>อำนาจฝ่ายทหาร

แจกันตั้งไว้<u>บน</u>โต๊ะ

ไม่ว่าผู้ใดจะปฏิบัติตัว<u>เหนือ</u>กฎหมายไม่ได้

แต๋วยืนฟัง<u>นอก</u>หน้าต่าง

ทายา<u>ตรง</u>แผลมีดบาด

เขาดี<u>ตรง</u>นี้แหละ（介词词组修饰形容词）

ยาก<u>ตรง</u>ตอนแรก（介词词组修饰形容词）

ประชุม <u>ณ</u> ศาลากลางจังหวัด

เกิดอุบัติเหตุ<u>ที่</u>ทางด่วน

สุทัศน์หนีไปอยู่ฮ่องกง<u>ระหว่าง</u>สงคราม

说明：介词 ใน นอก บน ใต้ เหนือ ตรง ที่ 与方位词 ใน นอก บน ใต้ เหนือ ตรง ที่ 是性质不同的两类词。理由是：

① 方位词可以单独充当句子成分（受限制，多限于对举、成语或省略的场合）。例如：

ไทยเดิน<u>ซ้าย</u> จีนเดิน<u>ขวา</u>

ลูกไป<u>นอก</u>หลายปีแล้ว

ขึ้น<u>เหนือ</u>ล่อง<u>ใต้</u>

介词永远不能单独充当句法成分。我们不能说：

*นามบัตรผมเก็บไว้ใน

*แมวนอนหลับอยู่ใต้

② 介词词组的语法作用是修饰动词做状语。而方位词和方位词组则不能做状语，只能充当主语、宾语、定语和谓语。（见 3.3.3）

<u>ในลิ้นชัก</u>ไม่มีนามบัตรของผม（方位词组做主语）

นามบัตรของผมอยู่<u>ในลิ้นชัก</u>（介词词组做状语）

<u>ใต้เตียง</u>มีแมวตัวหนึ่งนอนหลับอยู่（方位词组做主语）

แมวนอนหลับอยู่<u>ใต้เตียง</u>（介词词组做状语）

（3）表示地点的起止。จาก แต่ จนถึง ถึง ยัง สู่

แม่หนูเดินออก<u>จาก</u>บ้านไป

ต้นไม้เกิด<u>แต่</u>แผ่นดิน

ทหารบุก<u>จนถึง</u>ค่ายข้าศึก

ป่านนี้ลูกคงไป<u>ถึง</u>โรงเรียนแล้ว

เครื่องบินลำนี้จะบินไป<u>ยัง</u>ลอนดอน
แขกกำลังมา<u>สู่</u>เรือน

（4）表示某一时点。เมื่อ ใน ณ

คุณป้าไปจ่ายตลาด<u>เมื่อ</u>เช้าตรู่
คณะศิลปินจีนจะเดินทางไปเยือนกรุงเทพฯ <u>ใน</u>อาทิตย์หน้า
การรณรงค์คนไทยใช้สินค้าไทยจะเริ่ม <u>ณ</u> วันที่ ๑ เมษายน

（5）表示时间的起止。แต่ ตั้งแต่ จน กระทั่ง จนกระทั่ง

หมอไปทำงาน<u>แต่</u>เช้ามืด
คนจีนกับคนไทยไปมาหาสู่กัน<u>ตั้งแต่</u>สมัยโบราณ
นุชอ่านนวนิยาย<u>จน</u>สองยามทุกคืน
เมื่อวานสอบ<u>กระทั่ง</u>เที่ยง

（6）表示时段或间距。 ตลอด ระหว่าง

ไม่ได้นอนพักเลย<u>ตลอด</u> ๔๘ ชั่วโมง
ท่านเคยอยู่อังกฤษ<u>ระหว่าง</u>สงคราม
เย็นนี้จะมีการแข่งขันปิงปอง<u>ระหว่าง</u>ทีมจีนกับทีมไทย

（7）表示方式、手段、工具。 ด้วย โดย กับ ทั้ง ตาม

ปัจจุบันเขาสื่อสารกัน<u>ด้วย</u>คอมพิวเตอร์
ขอให้เดินทาง<u>โดย</u>สวัสดีภาพ
เหตุการณ์เมื่อกี้ฉันได้เห็น<u>กับ</u>ตา
เด็กซนมักไม่ยอมทำ<u>ตาม</u>คำสั่งของผู้ใหญ่

（8）表示行为关涉的目标。 แก่ แด่ ต่อ กับ เกี่ยวกับ

นักศึกษาพากันแสดงความไม่พอใจต่อรัฐบาลชุดใหม่
ขอมอบของที่ระลึก<u>แด่</u>อาจารย์ที่เคารพรัก
เขาให้ความช่วยเหลือ<u>แก่</u>เรามากมาย
ป้ามาลิไม่เคยเถียงอะไร<u>กับ</u>ใครเลย

เธอไม่ควรนินทาต่อหน้า

ไม่สนใจแม้แต่จะพูดเกี่ยวกับเรื่องของตน

（9）表示目的。 เพื่อ

เธอเสียสละเพื่อใคร

ทุกคนต้องทำงานเพื่อชาติ เพื่อประชาชน

（10）表示原因。 เพราะ

งานนี้สำเร็จเพราะเขา

แกไม่สบายใจเพราะอะไร

（11）表示指涉、领属或专用。 สำหรับ ของ

เรื่องนี้ง่ายมากสำหรับผม

สำหรับผมเรื่องนี้ง่ายมาก （句中介词词组 สำหรับผม 虽然位于形容词 ง่าย 的前面，但仍然是 ง่าย 的状语。）

ปลูกต้นกุหลาบไว้สำหรับชม（ชม 观赏，名物化动词）

（ หนังสือเล่มนี้สำหรับคุณ 中的 สำหรับ 不是介词，而是结构助词，表领属，见 3.11）

เขาพูดของเขาน่าฟัง

มันก็ถูกของมัน

（这里的 ของ 是虚指意义上的领属）

（12）表示比较。 กว่า

น้องเก่งกว่าพี่

ภาพเขียนสวยกว่าภาพถ่าย

（在 ภาพเขียนสวยกว่า 一句中，กว่า 是副词，意为“更加”；在 กว่าจะสุกงาก็ไหม้ 一句中， กว่า 是动词，意为“待到……时候，……”）

（13）表示服务对象。 ให้

คุณลองแปลให้ผมหน่อยซิ

ตัดชุดกระโปรง<u>ให้</u>พี่สาว

ใครจะช่วยแก้ปัญหา<u>ให้</u>ลูกค้า

（ให้ 这个词一身兼属多类。除介词外，它还可以是动词、趋向动词、连词、结构助词）

กระเป๋านี้จะ<u>ให้</u>ใคร（动词）

<u>ให้</u>ฉันทำก็ได้（动词）

<u>ให้</u>ไปก็ไป（动词）

จะเขียนแผนที่<u>ให้</u>（趋向动词）

เขียน<u>ให้</u>ถูก（结构助词）

บอก<u>ให้</u>เพื่อนทราบ（连词）

（14）表示行为的施事。 โดย

สี่แผ่นดินเขียน<u>โดย</u>คึกฤทธิ์ ปราโมช

ซอฟท์แวร์นี้ผลิต<u>โดย</u>บริษัท เอ็ม.ที.

3.10.3 介词的语法功能及特点

（1）介词在任何时候都不能单独充当句子成分。它总是与名词性成分组合，以介词词组的形式充当句子成分。

（2）介词词组的语法功能仅限于在主从词组中充当状语。这在前面的例句中已经体现得很清楚，此处不再举例。有些看似是介词词组，传统泰语语法著作也把它们看作介词词组，在这里我们把它划在了其他词组形式中。例如：

ในห้องไม่มีใคร

บนตึกมืดเหลือเกิน

ในห้อง บนตึก 我们认为应看作方位词组做主语，而不是介词词组做状语。理由是：ในห้อง บนตึก 是陈述对象，ใน 和 บน 仅仅体现了方位意义，并无引导修饰语的关联作用。而介词的关联作用是很明显的。

此外，传统泰语语法认为介词词组可以修饰名词，因而 ปากกาของผมถ้วยบนโต๊ะ 中的 ของผม บนโต๊ะ 都被看作介词词组。本书把介词词组的语法作用限定在只用来修饰动词或形容词的范畴内。因此 ของผม 和 บนโต๊ะ 均不看作介词词组。ของ 是结构助词，ของผม 是结构助词词组（见 3.11）； บน 是方位词，บนโต๊ะ 是方位词组。

维金・帕努蓬的《泰语结构：语法体系》中举过几个 “介词连用” 的例句：

<u>บนหลัง</u>ตู้ใบนั้น ไม่มีอะไร

<u>ที่ตรง</u>หน้าสถานีนี้ รถติดจัง

其实，上述两个句子中，บน ที่ ตรง หน้า 均为方位词（至于 หลังตู้ 中的 หลัง 并不是方位词，它只是复合词 หลังตู้ 的一部分，意为“柜顶”），从介词的语法意义来看，不可能多个介词连用。而复合方位词则是存在的。如果上述两句前后两部分颠倒过来：

ไม่มีอะไรบนหลังตู้

รถติดมากที่ตรงหน้าสถานีนี้

第一句中的 บน 则应视为介词，它引导 หลังตู้ 对动词性词组进行限定；第二句中的 ที่ 是介词，引导 ตรงหน้าสถานี 这个方位词组对动词 ติด 进行修饰。

（3）介词词组大多位于其所修饰的动词、形容词之后，有时候也会出现在被修饰语之前，仍然充当状语。状语的位置在中心语前面时，强调意味更浓。例如：

งานนี้สำเร็จเพราะแก

เพราะแกงานนี้จึงสำเร็จ

งานนี้ง่ายสำหรับผม
สำหรับผมงานนี้ง่าย

思考与练习

1. 介词词组是由介词跟哪些词语组合而成的？它们在句子里可以充当什么成分？
2. 介词词组和方位词组有何区别？试举例说明。

3.11 结构助词（คำเชื่อมสัมพันธ์）

3.11.1 结构助词的语法意义

泰语里的结构助词大多与名词、动词、形容词或主谓结构组成结构助词词组，表示领属、性质、状态、程度、结果等。在句法结构中充当定语或状语，有时还可以充当主语、谓语、宾语。泰语的某些结构助词词组，类似于汉语中的"的"字结构和"所"字结构。

结构助词本身在句子中不能单独充当句子成分。

常见的结构助词有：ของ แห่ง สำหรับ ที่ ซึ่ง อัน อย่าง แบบ โดย ด้วย ให้ ได้ การที่ อย่างที่ ที่ว่า ตามที่ว่า ฯลฯ

3.11.2 结构助词词组的分类

（1）修饰名词性成分表示领属

ของ แห่ง สำหรับ โดย

ที่อยู่<u>ของ</u>เพื่อน

กระทรวงศึกษาธิการ<u>แห่ง</u>ประเทศไทย

หนังสือ<u>สำหรับ</u>เด็ก

สี่แผ่นดิน<u>โดยคึกฤทธิ์ ปราโมช</u>

（2）修饰名词性成分表示性质或区分

ที่ ซึ่ง อัน ผู้ อันที่ ดัง ดังที่ อย่างที่

เพื่อน<u>ที่ดี</u>

<u>ที่เขาพูด</u>ไม่จริง

เด็ก<u>ที่มาหาคุณวันนี้</u>

เขาเดินผ่านโรงหนัง<u>ซึ่งรอบดึกเลิกพอดี</u>

เธอได้เข้าพักที่โรงแรม<u>อันหรูหรา</u>

บุคคล<u>ผู้กระทำความดี</u>ย่อมได้รับความสุข

（3）修饰动词性成分表示状态

อย่าง อย่างที่ แบบ โดย

มา<u>อย่างกะทันหัน</u>

เขากลัว<u>อย่างที่ไม่เคยเป็นมาก่อนในชีวิตที่ผ่านมา</u>

ทำ<u>แบบสุกเอาเผากิน</u>

รับปาก<u>โดยดี</u>

（4）修饰动词性成分表示程度、结果

ให้ ได้ จน ที่จะ เสีย ให้

เขียน<u>ให้ถูก</u>

สอบ<u>ได้ดี</u>

ฟัง<u>จนเบื่อ</u>

ยาก<u>ที่จะสำเร็จ</u>

นั่ง<u>เสียเมื่อย</u>

เรียกร้อง<u>ให้ประชาชนรักษาป่าไม้</u>

3.11.3 结构助词词组的语法作用

（1）结构助词词组主要在句法结构中充当定语或状语。例如 ของ ที่ โดย ที่จะ 引导的词组：

ที่อยู่<u>ของเพื่อน</u> （定语）

เด็ก<u>ที่มาหาคุณ</u>วันนี้（定语）

รับปาก<u>โดยดี</u>（状语）

ยาก<u>ที่จะสำเร็จ</u>（状语）

（2）能充当定语的结构助词词组有时可以充当主语、宾语。例如 ของ สำหรับ ที่ แบบ อย่าง ให้ 等引导的词组：

<u>ของพี่</u>กับ<u>ของน้อง</u>ไม่เท่ากัน

<u>สำหรับของน้อง</u>เก็บไว้ที่พี่ก่อนนะ

<u>ที่พูดน่ะ</u> หมายถึงใคร

<u>แบบสุกเอาเผากิน</u>ไม่ได้หรอกนะ

<u>ให้ดีกว่านี้</u>หน่อยจะได้ไหม

<u>อย่างคุณทำนั้น</u>อันตรายมาก

（3）有些结构助词词组可以充当宾语。例如 ของ ที่ ซึ่ง อัน 等引导的词组：

อย่าแย่ง<u>ของน้อง</u>เลยน่ะ

ความขยันหมั่นเพียรย่อมจะนำมา<u>ซึ่งความสำเร็จ</u>

เห็นด้วยกับ<u>ที่พูด</u>ไหม

ทำไมไม่ชอบ<u>อันสวยกว่า</u>ล่ะ

（4）上述类型的结构助词词组在一定条件下可以充当判断句的谓语。例如 ของ สำหรับ ที่ 引导的词组：

โรงงานนี้<u>ของผม</u>

เงินก้อนนี้<u>สำหรับลูกน้อง</u>

เขานี่แหละที่ฉันพูดถึงบ่อย ๆ

（5）由结构助词 ที่ ซึ่ง 引导的主谓结构前面可以出现前置宾语。这类前置宾语往往是本句的主题或焦点（topic or focus）。例如：

อีกครั้งหนึ่งที่ปุนจามองออกไปยังสถานีรถไฟ

สามวันเต็มที่ผมนอนสลบอยู่ที่โรงพยาบาล

这种主题句多出现于书面语中。

口语中经常出现主语后置的情况，其中提前的谓语也是本句的主题或焦点：

ไปไหน คุณ

มาแล้ว รถ

汉语里面“九点半了，都。”“吓死人了，说得。”也是主题句，类似的说法在泰语中极少见。可见不同的语言强调句子主题或表达焦点的方式也是有区别的。

3.11.4 结构助词 ที่ ซึ่ง อัน 在使用上的区别

三者在语法上的共同点是都用于引导一个形容词或动词性成分，在句中充当定语、主语或宾语。

其中做定语时三者在使用上的差别是学习泰语的人常常感到困惑的难点之一。这三个词的区别大体如下：

ที่ 用于引导表示事物性质的定语成分（词、词组、主谓结构），中心语多为具象事物。

ที่ 所引导的修饰语一般都是限制性的，限制所指事物的范围，使其范围变小。例如：

หมวกที่คุณสวมอยู่สวยมาก(ใบอื่นอาจจะไม่สวย)

คนที่ต้องการจะไป ยกมือ (คนที่ไม่ต้องการจะไปไม่ต้องยกมือ)

เขามีบ้านที่สวยที่สุด(บ้านที่เขาอยู่ไม่ธรรมดา)

ซึ่ง 用于引导对事物做解释或补叙性说明的定语成分（词组或主谓结构）。中心语可以是具象事物，也可以是抽象事物。

ซึ่ง 所引导的修饰语都是说明性的，说明性修饰语使听话人对所指对象的认识更明晰，而不影响其指称范围。例如：

โรงรถของบ้าน<u>ซึ่งเป็นโรงรถขนาดใหญ่อยู่ด้านข้างของบ้าน</u>

เขามองหาลูกชาย<u>ซึ่งยืนห่างทางซ้ายมือ</u>

ท่านผู้นี้มีความรู้<u>ซึ่งหาคนเทียบได้ยาก</u>

อัน 一般用于引导表示事物性质的定语（形容词及其词组），中心语可以是具象事物，也可以是抽象事物。例如：

ความคิด<u>อันหลักแหลม</u>

อุบาย<u>อันแยบยล</u>

บ้าน<u>อันหรูหราใหญ่โต</u>

这三个词在有的句子里可以替换，有的不能替换，有的替换之后语义发生变化。请看下例例子：

เสื้อที่คุณสวมอยู่สวยมาก （你穿的这件衣服很漂亮）。由 ที่ 来引导 คุณสวมอยู่（你穿）去限定一个具体明显的事物。这里不能用 ซึ่ง 来替代。

*เสื้อซึ่งคุณสวมอยู่สวยมาก

*เสื้ออันคุณสวมอยู่สวยมาก

原因是 เสื้อ（คุณสวมอยู่）这样一个具体显明的事物一般不需要做补叙性解释，后面的定语 คุณสวมอยู่ 也不是补叙性的，故不宜用 ซึ่ง，同样中心语 เสื้อ 是具体事物，定语部分是一个主谓结构，不是形容词或形容词性词组，因此也不宜用 อัน 来引导。

ที่ 和 ซึ่ง 有时可以互相替换，例如：

เขามองหาลูกชายซึ่งยืนอยู่ห่างทางซ้ายมือ

เขามองหาลูกชายที่ยืนอยู่ห่างทางซ้ายมือ

前句是说：他的儿子远远地站在左边，他望向他的儿子。后句是说：他望向远远地站在左边的那个儿子（而不是其他儿子）。

3.11.5 结构助词与介词的区别

从结构助词和介词的语法意义和语法作用来看，介词主要是与名词组合，形成介词词组，修饰动词，充当状语。表示与动作行为相关的对象、时间、处所、目的、原因、方式等。而结构助词则可以与名词、动词、形容词，甚至主谓结构结合，组成结构助词词组，既可以充当状语、定语，又可以充当主语、谓语、宾语，表示领属、性质、状态、程度、结果。二者相同的一点是都可以充当状语。然而，充当状语的介词词组和结构助词词组，其组成成分有着明显的不同。结构助词词组做状语时，结构助词所引导的词语一般都是动词、形容词或主谓结构。例如：

มาอย่างกระทันหัน

รับปากโดยดี

ฟังจนเบื่อ

นั่งเสียเมื่อย

อบรมให้เด็ก ๆ เหล่านี้เป็นคนดี

而介词词组做状语时，介词所引导的一般是名词。例如：

เดินออกจากบ้านไป

ไปจ่ายตลาดเมื่อเช้าตรู่

แมวนอนหลับอยู่ใต้เตียง

เดินทางโดยสวัสดีภาพ

个别情况下介词也与动词组成介宾词组，做状语。这种动词宾语，一般都是前面的动作行为所关涉的对象、目的等。如：

ปลูกต้นไม้สำหรับชม

ทำรองเท้าเพื่อขาย

ชม 和 ขาย 在这里也可以看作名物化的动词。

再举一例。โดย 可兼属介词和结构助词：

สี่แผ่นดินโดยคึกฤทธิ์ ปราโมช

สี่แผ่นดินแต่งโดยคึกฤทธิ์ ปราโมช

前句中的 โดยคึกฤทธิ์ ปราโมช 修饰它前面的名词 สี่แผ่นดิน，充当定语，表所属，意为“克立・巴莫的《四朝代》”（作者为克立・巴莫）。โดย 是结构助词。

后句中的 โดยคึกฤทธิ์ ปราโมช 则是一个介词词组，修饰前面的动词 แต่ง，说明施动者，意为“由克立・巴莫撰写的《四朝代》”。

3.12 连词（คำเชื่อม）

3.12.1 连词的语法意义

泰语里的连词用来连接词、词组或小句，表示并列、转折或让步、选择、因果、假设、条件、递进、目的、连贯或连锁、时间关联、分述、启承、动作的重复或事物的反复出现、列举、比较等关系。连词本身并不充当句子成分。

3.12.2 泰语常用连词分类

（1）表示并列

และ กับ ทั้ง...และ... ตลอดจน ก็...ก็... ...ก็ได้ ....ก็ได้ ทั้ง...ก็.... ...ก็ดี ...ก็ดี ก็

ครูและนักเรียนไปต่างจังหวัดด้วยกัน

ทั้งพ่อและลูกไม่ชอบฟังเพลงเหมือนกัน

ชีวิตคนรวยกับชีวิตคนจนมีคุณค่าเท่าเทียมกัน

ร้านดิฉันขายดอกกุหลาบ ดอกกล้วยไม้ ดอกลิลี่ตลอดจนดอกมะลิ ฯลฯ

คุณก็ไม่ยอม เขาก็ไม่ยอม แล้วจะให้ฉันทำยังไงกันแน่

ยาทาก็ได้ ยากินก็ได้

เขาจะปรับก็ดี จะลงโทษก็ดี ฉันไม่ว่าหรอก

วันนี้ทั้งฝนก็ตก ทั้งแดดก็ออก

ทำมากก็ได้มาก

（2）表示转折或让步

แต่ แต่ว่า แต่ทว่า ถึงแม้(ว่า) ...แต่ก็.... ถึง....ก็... แม้(ว่า)...ก็... ...ก็ตาม นอกจาก(ว่า) เว้นแต่ เว้นจาก นอกเสียจาก(ว่า) ฯลฯ

ทุกคนทำงานตัวเป็นเกลียว แต่เขานั่งเฉย

เขามาหาที่ห้องทำงาน แต่ว่าไม่พบ

ใคร ๆ ก็สงสารเขามาก แต่ทว่าช่วยอะไรไม่ได้

ถึงแม้(ว่า)ผู้ใหญ่ไม่อยู่ แต่ก็ไม่น่าเป็นห่วงเลย

ถึงเธอจะมีความสามารถเพียงไร ก็อย่าได้ทะนงตัว

แม้ว่าฉันจะยากจนขนาดไหน ฉันก็ยังบริสุทธิ์ใจเสมอ

เธอคับอกคับใจอย่างไรก็ตาม เธอก็ยังซื่อสัตย์ต่อหน้าที่

เมืองไทยร้อนมาก เว้นแต่บางปีฝนชุก

เขาต้องมาแน่ นอกจากหาบ้านฉันไม่พบ

（3）表示选择

หรือ หรือไม่ก็ ไม่ก็....ไม่ก็.... มิฉะนั้น ไม่งั้น ไม่เช่นนั้น หรือมิฉะนั้น ไม่อย่างนั้น ไม่...ก็.... ฯลฯ

คุณชอบสีขาวหรือสีชมพู

นายสีหรือไม่ก็นายสายจะมาช่วยขนของให้

คุณต้องทำงานนี้ให้สำเร็จ มิฉะนั้น ขอให้ลาออกเสีย

ตอนเย็นฉันมักจะอยู่บ้าน ไม่ก็อ่านหนังสือ ไม่ก็ทำสวนครัว

ลูกต้องทำการบ้านให้เสร็จนะ ไม่งั้นจะโดนครูด่าแน่

นายกต้องลาออก ไม่เช่นนั้น บ้านเมืองจะแย่

จะต้องลดจำนวนคนงานครึ่งหนึ่ง หรือมิฉะนั้นก็ปล่อยให้บริษัทล้มละลาย

ผมจ่ายค่าเสียหายตั้งหมื่นบาท ไม่อย่างนั้นเขาไม่ยอม

ไม่ร้องเพลงก็เต้นระบำ จะต้องเลือกอย่างใดอย่างหนึ่ง

（4）表示因果

จึง ถึง ฉะนั้นจึง เพราะฉะนั้นจึง เหตุฉะนั้นจึง เพราะ(ว่า) ด้วย(ว่า) ด้วยเหตุ...จึง... ด้วยเหตุที่(ว่า)...จึง... ดังนั้น(จึง) ที่...เพราะ... การที่...เพราะ... เนื่องจาก(ว่า) เนื่องด้วย(ว่า) โดยเหตุที่(ว่า) โดยเหตุ(ว่า) ฯลฯ

น้ำเน่า ยุงจึงชุม

เขาขอ ฉันถึงให้

เขาเบื่อโลก ฉะนั้นจึงเก็บตัวไม่ยอมคบใคร

วันนี้ไม่สบาย เพราะฉะนั้นจึงไม่ได้ไปทำงาน

พ่อแม่หย่ากัน เหตุฉะนั้นจึงทำให้ลูกขาดความอบอุ่น

แกถูกจับ เพราะขโมยของชาวบ้าน

อ๊อดไม่รักพ่อ ด้วยว่าพ่อเป็นคนขี้เมา

ด้วยเหตุไม่รู้หนังสือ ตาแป๊ะจึงถูกต้มหลายหน

ด้วยเหตุที่ว่าเมืองไทยสวยงามและสะดวกสบาย ชาวต่างชาติจึงชอบมาเที่ยว

โดยเหตุที่เกิดวิกฤตการณ์ทางการเงิน เศรษฐกิจจึงตกต่ำ

การแข่งขันฟุตบอลต้องงดไป เนื่องจากฝนตกหนัก

เนื่องด้วยเงินทุนขาดแคลน โครงการจึงต้องเลิกไป

ที่เขาพูดเช่นนี้ เพราะไม่เข้าใจผม

นักการเมืองคนนี้ทุจริต ดังนั้นจึงไม่ได้รับความไว้วางใจจากประชาชน

第三章 词类

（5）表示假设

ถ้า(ว่า)　หาก(ว่า)　ถ้า...ก็...　ถ้าหาก(ว่า)　สมมติ(ว่า)　ถ้าเผื่อ(ว่า)　หรือถ้าเผื่อ(ว่า)

<u>ถ้า</u>ฉันมาไม่ทันตามนัด เธอกลับก่อนก็ได้
ท่านต้องระวังตัวให้มาก <u>ถ้าว่า</u>ท่านขี่ม้าพยศ
<u>ถ้าหาก</u>ประธานขัดขวาง จะทำยังไงดี
<u>หาก</u>น้ำมันขึ้นราคาอย่างต่อเนื่อง บริษัทจะแย่
<u>สมมติ</u>ว่าฉันมีปีก ฉันจะบินไปสู่พระจันทร์
<u>ถ้าเผื่อ</u>รถเสียระหว่างทาง คุณไม่แย่เชียวหรือ
คุณต้องไปให้ได้ <u>หรือถ้า</u>ไปไม่ได้ก็ควรส่งใครไปแทน
เอาขนมไปด้วยนะ <u>เผื่อ</u>เย็นนี้จะไม่มีข้าวกิน
เตรียมอีกชุดหนึ่งดีกว่า <u>เผื่อว่า</u>ชุดนี้จะเสีย

（6）表示条件

มีแต่...จึง...　มีแต่...(เท่านั้น)จึง...　...ก็ต่อเมื่อ...　เว้นแต่　นอกจาก　ทั้งๆที่
ไม่ว่า...ก็...　ไม่ว่า...ก็ตาม　ไม่ว่า ฯลฯ

<u>มีแต่</u>ยอมรับผิดชอบดี ๆ (เท่านั้น) เขา<u>จึง</u>จะยกโทษให้
เธอจะให้เขายกย่อง <u>ก็ต่อเมื่อ</u>เธอได้สร้างผลงานขึ้นมา
คราวนี้เขาต้องจนมุม <u>เว้นแต่</u>เทวดาลงมาช่วย
ฉันยินดีให้ทุกอย่างแก่เขา <u>นอกจาก</u>ตัวเขาปฏิเสธเอง
คุณแม่ยอมให้ลูกเสมอ <u>ทั้ง ๆ ที่</u>คุณแม่เองก็ลำบากไม่น้อย
<u>ไม่ว่า</u>จะยากขนาดไหน เรา<u>ก็</u>ต้องทำสำเร็จให้ได้
เราจะต้องทำสำเร็จให้จงได้ <u>ไม่ว่า</u>จะยากขนาดไหน

（7）表示递进

ไม่เพียงแต่...(เท่านั้น) หากยัง...　โดยเฉพาะ　โดยเฉพาะอย่างยิ่ง　จน ฯลฯ
ครอบครัวนี้<u>ไม่เพียงแต่</u>ทำสวนเท่านั้น <u>หากยัง</u>ค้าขายอีกด้วย

เราควรบำรุงการศึกษา โดยเฉพาะควรบำรุงอาชีวศึกษาชั้นกลางก่อน

สมัยนี้ เด็ก ๆ จำเป็นต้องเรียนวิชาใหม่หลายวิชา โดยเฉพาะอย่างยิ่งภาษาอังกฤษและคอมพิวเตอร์

ฉันไม่ชอบเขาอย่างยิ่ง จนแทบจะมองหน้ากันไม่ติด

（8）表示目的

เพื่อ(ว่า) เพื่อที่จะ เพื่อให้ ก็เพื่อ ก็เพื่อให้ ฯลฯ

เพื่อลูกหลานมีน้ำใช้กินกัน เราจึงต้องรักษาป่าและน้ำ

เราพยายามสร้างสรรค์บ้านเมืองให้เจริญรุ่งเรือง เพื่อว่าคนรุ่นหลังจะได้อยู่เย็นเป็นสุข

จีนไทยควรจะไปมาหาสู่กันบ่อย ๆ เพื่อที่จะกระชับความสัมพันธ์ฉันมิตรให้แน่นแฟ้นยิ่งขึ้น

คุณน่าจะประกาศเรื่องนี้เสีย เพื่อให้ทุกคนเข้าใจถูกต้อง

เขาบริจาคเงินก้อนนี้ ก็เพื่อให้เด็กยากจนได้มีโอกาสเรียนหนังสือกัน

（9）表示连贯或连锁

แล้วก็ แล้วจึง พอ...ก็... เมื่อ...ก็... ครั้น...ก็... ครั้น...จึง... พลาง... ...ไป...ไป ยิ่ง...ยิ่ง... ทันทีที่... ฯลฯ

ผมอาบน้ำ กินข้าว แล้วก็ไปนอน

น้องจิ๋วเล่าเรื่องตั้งแต่ต้นให้แม่ฟัง แล้วจึงขออนุญาตไปหาเพื่อนที่ต่างจังหวัด

พอฝนหาย พี่แอ๋วก็รีบไปทำงาน

เมื่อน้ำเดือด ก็รีบดับไฟ

ครั้นถึง ก็ขึ้นไปกล่าวทันที

ครั้นฟ้าสาง พ่อจึงหาบของไปขายที่ตลาด

หลวงพ่อพูด พลางยันตัวลุกขึ้น

หนูเล็กชอบกินไปคุยไป

เธอยิ่งอธิบาย ฉันยิ่งงง

หนูเล็กยกมือไหว้ ทันทีที่เห็นป้าเดินเข้ามา

（10）表示时间关联

เมื่อ ตั้งแต่ ครั้ง คราว ตอน ขณะที่ ในขณะที่ ระหว่าง จน กระทั่ง เวลา ในเวลา ตั้งแต่ครั้ง จนกระทั่ง เมื่อครั้ง เมื่อคราว ฯลฯ

เมื่อผมอายุได้ ๑๐ ขวบ ผมก็ออกไปหางานทำ

ตั้งแต่เกิดวิกฤติการณ์ทางการเงิน กิจการของบริษัทก็มีแต่ทรุดลงทุกที

ครั้งไฟสงครามลามถึงเมืองสอง คนแก่และเด็ก ๆ ต่างหนีเข้าป่าไป

ตอนหลานชายอยู่ต่างจังหวัด โทรศัพท์มาที่บ้านทุกเดือน

ขณะที่ผลักประตูเข้าไป ก็เห็นเธอกำลังร้องไห้

ระหว่างโรงเรียนปิดเทอม นักเรียนต้องเขียนรายงานสองเรื่อง

แม่พาผมหนีไปหลบอยู่ภาคเหนือ จนผมอายุ ๒๐ จึงกลับมากรุงเทพฯ

เวลาหมอผ่าตัด ห้ามพูดคุยกับหมอเด็ดขาด

ลุงดำอุตส่าห์เก็บหอมรอมริบมาหลายปี กระทั่งร่ำรวยขึ้นเป็นเศรษฐีในหมู่บ้าน

ตั้งแต่ครั้งโรงพยาบาลนี้สร้างขึ้นมาใหม่ ๆ ป้าหน่อยก็เข้าไปขายขนมทุกวัน

เมื่อคราวทางหลวงยังตัดไม่ถึง ไม่เคยมีคดีฆ่าฟันกันเกิดขึ้นในบ้านไผ่

（11）表示分述

ส่วน(ว่า) ฝ่าย(ว่า) อนึ่ง นอกจากนั้น ประการหนึ่ง... อีกประการหนึ่ง... สำหรับ ฯลฯ

พี่ช่วยทำกิจการบริษัท ส่วนน้องนั้นพ่อส่งไปเรียนที่ต่างประเทศ

นักเรียนชายให้ไปถอนหญ้า ฝ่ายว่านักเรียนหญิงนั้นให้ไปรดน้ำดอกไม้

ผมต้องไปพบอาจารย์ภายในสัปดาห์นี้เพราะมีเรื่องจำเป็นปรึกษา อนึ่งอาจารย์ก็ให้ผมไปหาตั้งสองครั้งแล้วด้วย

ฉันเคยไปเที่ยวแค่อเมริกาและแคนนาดาสองประเทศ นอกจากนั้น ไม่เคยไปไหนเลย

การแข่งขันฟุตบอลครั้งนี้ทีมเราต้องชนะแน่ ประการหนึ่ง เราฝึกซ้อมเป็นเวลานาน อีกประการหนึ่ง เรารู้จุดอ่อนของทีมเขาอย่างดี

นิทรรศการชั้นล่างตั้งแสดงเกี่ยวกับวิทยาศาสตร์กายภาพ สำหรับนิทรรศการชั้นสองนั้นตั้งแสดงเกี่ยวกับแพทยศาสตร์

（12）表示启承

ว่า อันว่า ที่ว่า ก่อนอื่น คือ (ว่า) อย่างไรก็ตาม อย่างไรก็ดี อย่างที่ การที่ ตามที่ว่า ฯลฯ

เราสองคนนัดไว้ว่า จะไปหาดใหญ่มะรืนนี้

อันว่า คนรวยรวยขึ้นเพราะวาสนานั้น ไม่เป็นความจริง

ที่ว่า เด็กฉนย่อมฉลาดนั้น ไม่แน่เสมอไป

ก่อนอื่น ข้าพเจ้าขอขอบคุณท่านประธานที่ให้การต้อนรับอย่างอบอุ่นยิ่ง

ผมวางแผนแล้วเหมือนกัน คือว่า ผมจะไปสำรวจดูลาดเลาไว้ก่อน

บริเวณคาบสมุทรอินโดจีนมี ๖ ประเทศซึ่งมีที่ตั้งดังนี้ คือ* ทางด้านทิศเหนือและทางด้านตะวันตกของเราคือประเทศเมียนม่า...

อย่างไรก็ตาม ถ้ากฎหมายนี้ผ่าน คงจะแก้ปัญหาได้ในไม่ช้า

อย่างไรก็ดี พี่จะไม่มีวันยอมรับเงื่อนไขของเขาเด็ดขาด

การที่นายตำรวจด่าว่าชาวบ้านนั้น น่าเกลียดมาก

อย่างที่คุณเสนอมานั้น น่าคิดเหมือนกัน

ตามที่ว่า ตลาดหุ้นจะกระเตื้องขึ้นอีกครั้งนั้น น่าเชื่อหรือไม่ก็พูดยาก

*注意：这里的 คือ 与动词的 คือ 是性质完全不同的两类词。动词 คือ 后面必须带宾语，是及物动词，动宾之间结合紧密，คือ 不能省略。而连词 คือ 在句中只起表示启承的关联作用，คือ 的前后都是可以独立存在的句子，คือ 可以省略。

（13）表示动作的重复或事物的反复出现

แล้ว ...เล่า ...แล้ว ...อีก

พูดแล้วพูดอีก คนเขาเบื่อ

ภาพแห่งความหลังปรากฏขึ้นในสมองภาพแล้วภาพเล่า

（14）表示列举

เช่น อย่างเช่น ตัวอย่างเช่น เป็นต้นว่า ฯลฯ

ผมชอบผลไม้หวาน ๆ เช่น แตงโม องุ่น เงาะ ฯลฯ

คนไทยถือเท้า อย่างเช่น ห้ามยกเท้าต่อหน้าผู้อื่น ห้ามนั่งไขว่ห้าง ฯลฯ

คำนามเป็นคำที่บอกชื่อคน สัตว์และสิ่งของต่าง ๆ ตัวอย่างเช่น มนุษย์ สุนัข กระดาษ ฯลฯ

คุณควรจะพักผ่อนบ้าง เป็นต้นว่า ไปชายทะเล ไปดูหนัง ไปเล่นกีฬา ฯลฯ

（15）表示比较

กว่า กว่า...ก็... ฉันใด...ฉันนั้น เพียงใด...เพียงนั้น เมื่อไร...เมื่อนั้น

กว่าเราจะไปถึง หนังก็คงเริ่มฉายแล้ว

กว่าถั่วจะสุก งาก็ไหม้

มนุษย์รักชีวิตฉันใด สัตว์ก็รักชีวิตฉันนั้น

เราดีต่อเขาเพียงใด เขาก็ดีต่อเราเพียงนั้น

คิดตกเมื่อไร ก็สบายใจเมื่อนั้น

3.12.3 连词的语法功能

汉语中的连词有的只能连接词和词组，不能连接小句。例如，和、跟、同。泰语里所有的连词既可以连接词、词组，又可以连接小句。例如：และ กับ หรือ ทั้ง...และ... แม้ ...ก็... ไม่ว่า...ก็... แต่ จึง ถ้า เพราะว่า...จึง...

อ้อยและอ้นไปเที่ยวกัน（连接词）

อ้อยชอบเที่ยวและอ้นชอบอ่านหนังสือ（连接小句）

เชือดกับเฉือนต่างก็เป็นกิริยาที่ใช้มีดทำให้ส่วนใดส่วนหนึ่งหลุดไป（连接词）

เขาเชือดเนื้อกับเขาเฉือนเนื้อยังมีความหมายแตกต่างกันบ้าง（连接小句）

คุณน้าหรือคุณอาไม่สบาย（连接词）

คุณน้าไม่สบาย<u>หรือ</u>คุณอาไม่สบาย（连接小句）

<u>ทั้ง</u>พี่<u>และ</u>น้องไม่เห็นด้วยกันอย่างเด็ดขาด（连接词）

<u>ทั้ง</u>ครอบครัวของเขา<u>และ</u>ครอบครัวของฉันต่างก็ไม่เห็นด้วยกันอย่างเด็ดขาด（连接词组）

<u>ทั้ง</u>อากาศแจ่มใส<u>และ</u>จิตใจก็สดชื่นด้วย（连接小句）

<u>แม้</u>ฉัน<u>ก็</u>ยังรู้สึกอายเขาแทบแย่（连接词和词组）

<u>แม้</u>เธอจะโฆษณาชวนเชื่ออย่างไร<u>ก็</u>ไม่ฟัง（连接小句和词组）

<u>ไม่ว่า</u>ใคร<u>ก็</u>กลัว（连接词）

<u>ไม่ว่า</u>รัฐบาลจะขัดขวางอย่างไร เรา<u>ก็</u>จะสู้ต่อไป（连接小句）

เพชรเม็ดนี้เจ้าของให้ชมได้ <u>แต่</u>ไม่ยอมขาย（连接小句）

สวย<u>แต่</u>โง่（连接词）

ครูไม่บอก นักเรียน<u>จึง</u>ไม่มา（连接小句）

โกรธ<u>จึง</u>ไม่พูด（连接词和词组）

<u>ถ้า</u>หัวหน้าไม่บอก ใครจะไปล่วงรู้ถึงความลับนี้ได้（连接小句）

<u>ถ้า</u>บอก<u>ก็</u>รู้（连接词）

<u>เพราะว่า</u>เรื่องนี้เป็นเรื่องคอขาดบาดตาย ทุกคน<u>จึง</u>เงียบ（连接小句）

<u>เพราะว่า</u>ชอบ จึงซื้อ（连接词）

3.12.4 连词与介词的区别

连词与介词从广义上说都是起关联作用的词。所以有的泰语语法著作干脆把它们归为一类，或者虽分为两类，但认为其语法作用相同。我们从实际的语言使用情况来分析，认为二者的语法功能还是有很大区别的：

（1）介词的关联作用仅限于词与词（包括词组）之间。而且多用于中状结构中。介词与它引导的词语组合成为相对稳定的介词词组，介词本身充当句子成分。

连词的关联作用可以用于任意的词、词组、小句之间。连词本身不充当句子成分。

（2）连词所连接的词与词（包括词组）在意义上是平等的，也可以是从属的。介词与它所连接的中心语之间的关系只能是从属的。

（3）某些词兼属介词和连词两类。例如：กับ เพราะ เว้นแต่ เพื่อ เมื่อ。要判断它们在句法结构中到底充当的是介词还是连词，需要分析其内部结构关系：

กับ

นุชกับหน่อยไปซื้อของด้วยกัน①

นุชไม่เคยเถียงกับหน่อย(หน่อยอาจจะเถียงกับนุชบ่อย ๆ)②

在①句中，กับ 所连接的前后两个词位置互换后意义并不发生变化。我们可以说：

หน่อยกับนุชไปซื้อของด้วยกัน

在②句中，กับ 所引导的名词 หน่อย 如果与前面的 นุช 位置互换，句子的意思就完全颠倒了。

หน่อยไม่เคยเถียงกับนุช(นุชอาจจะเถียงกับหน่อยบ่อย ๆ)

由此可以看出，①句中的 กับ 所连接的前后两部分在句法结构上是一种并列、平等的关系。因此位置互换不影响语义，กับ 在这里是连词。②句中的 กับ 引导名词 หน่อย，说明动词 เถียง 所关涉的对象，充当 เถียง 的状语，因此 กับ 在这里是介词。กับหน่อย 与主语 นุช 在句法上无直接关系，故而两者位置不能互换。

เพราะ

งานนี้สำเร็จเพราะแก③

เขาลาออกเพราะเจ้านายแกล้งเขา④

③句中的 เพราะ 引导名词 แก，组成介宾词组，修饰前面的动词 สำเร็จ，

说明 สำเร็จ 的原因。เพราะ 本身充当句子成分，没有了 เพราะ，句子不能成立。

④句中的 เพราะ 则只是作为一种语法手段存在，连接前后两个小句，说明它们之间的因果关系。这两个小句在意义上是平等的。เพราะ 本身不充当句子成分。

3.12.5 连词与结构助词的区别

泰语有些词兼属连词和结构助词。区别在于连词独立于它所连接的词、词组或小句之外，它所连接的各部分在意义上是平等的。而结构助词是和其他词、词组或小句结合，以结构助词词组的形式在句法结构中充当句子成分，例如：

จน

พูดจนเบื่อ ⑤

พูดจนพ่อโมโห ⑥

แม่พาผมหนีไปหลบอยู่ภาคเหนือ จนผมอายุ ๒๐ จึงกลับมากรุงเทพฯ ⑦

⑤句中的 จนเบื่อ 和⑥句中的 จนพ่อโมโห 都是对前面动词 พูด 的结果的说明，充当状语，是结构助词。⑦句中 จน 前和 จน 后是两个意义完全平等的小句，用 จน 连在一起，说明二者在时间上的关联，จน 是连词。

思考与练习

1. 连词和介词如何区别？我们如何理解介词/连词兼类的情况？你能举出几个例子吗？
2. 连词和结构助词的区别是什么？请举例说明。

3.13 叹词（คำอุทาน）

3.13.1 叹词的语法意义

表示强烈情感或呼应的词叫叹词。叹词永远是自由形式，独立于句子之外。

3.13.2 泰语叹词分类

泰语的叹词非常丰富，这里仅就常用的一些叹词分类列举。

（1）表示欣喜、欢呼

ไชโย

ไชโย ไชโย（宴会祝酒时或欢庆胜利时）

（2）表示理解、应允或醒悟

อ้อ อ๋อ เออ โอ

อ้อ เป็นอย่างนี้เอง（理解）

เออ จะไปก็ไป（应允）

โอ นึกได้แล้ว（醒悟）

（3）表示惊讶、疑惑

เอ๊ เอ๊ะ อ้าว เอ

เอ๊ (หรือ เอ๊ะ อ้าว) ทำไมไม่บอกเสียก่อนล่ะ（惊讶）

เอ (หรือ เอ๊) ใช่หรือเปล่าก็ไม่รู้（疑惑）

（4）表示受惊（常见于女性使用）

อุ๊ย อุ๊ยตาย ตายจริง อุ๊ยต๊ายตาย ว้าย

อุ๊ยตาย สร้อยคอหาย

ว้าย งู

（5）表示疼痛

โอ๊ย โอย

โอ๊ย ปล่อยนะ

โอย เจ็บ

（6）表示怜惜、同情或厌烦

โถ โธ่ พุทโธ่ อนิจจา

โถ(โธ่) น่าสงสาร

พุทโธ่ ไม่เหลือสักบาทแล้วหรือ

อนิจจา ช่างไม่เห็นใจคนจนเสียเลย

（7）表示失望

ปั๊ดโธ ดูรึ ดูหรือ ดูเถอะ ดูเถิด ว้า

ปั๊ดโธ่ หมดทางแล้วจริงหรือ

ดูรึ เราอุตส่าห์เอาใจ

ดูเถอะ ลูกไม่รักดี

ว้า ให้แค่นี้เอง

（8）表示怀疑、惊奇

ฮะ ฮ้า หา เอ้อเฮ้อ อื้อฮือ

ฮะ(ฮ้า) อย่างนั้นจะใช้ได้หรือ

หา ฉันไม่เชื่อ

เอ้อเฮ้อ เป็นไปได้ยังไง

อื้อฮือ ลูกได้เงินมามากมายจากไหน

（9）表示气恼

ฮึ ฮึ่ม

ฮึ ฉันไม่ยอมหรอก

ฮึ่ม ไม่ถึงทีเราบ้างก็แล้วกัน

（10）表示心情突然舒缓

เฮ้อ

เฮ้อ(เฮอ) โล่งอกเสียที

（11）表示嘲讽

เอ๊ว เฮ้ว

เฮ้ว(เอ๊ว) หน้าไม่อาย

（12）表示愤怒、不满

ชะช้า ชิชะ หนอย หนอยแน่ ดูดู๋ อุบ๊ะ บ๊ะ

ชะช้า แกกล้าท้าข้าเชียวหรือ

หนอยแน่ เอ็งจะมาอวดเก่งกับข้า

อุบ๊ะ ไม่เชื่อกันบ้างเลย

（13）表示赞叹、惊叹

แหม โอ้โฮ

แหม สวยจัง

โอ้โฮ ใหญ่โตจริงๆ

（14）表示蔑视

เชอะ

เชอะ นึกว่าเก่งขนาดไหน

（15）表示厌烦

เฮ้อ เออน่ะ

เฮ้อ ไม่จบเรื่องสักที

เออน่ะ ฉันไม่ลืมหรอก (รับคำอย่างรำคาญ)

（16）表示反对或阻止

เฮ่ย ไฮ้

เฮ่ย อย่าไปเชื่อ

ไฮ้ อย่าเล่นนะ

（17）表示招呼

粗俗用语：เฮ้ เฮ้ย

เฮ้ จะไปไหน

เฮ้ย หลีกไปให้พ้น

普通用语：นี่ ฮัลโหล（仅用于打电话）

นี่ จะไปไหน

ฮัลโหล ขอสายคุณเล็กค่ะ

（18）表示异议

แน้

แน้ ฉันไม่รู้เรื่องด้วยนะ

（19）表示提醒

เอ้า

เอ้า เอากุญแจไป

（20）自知失言时的惊叹

เอ๊ย อุ๊ย

เอ๊ย เผลอพูดไป

อุ๊ย ฉันไม่น่าจะพูด

（21）表示感怀

อ้า โอ้

โอ้ ชนกชนนี

（22）表示未能听清对方的言语，希望重复

หือ หา

หือ คุณพูดว่าอะไรนะ

หา ว่ายังไงนะ

（23）劳动号子

ฮุยเลฮุย

3.13.3 叹词的语法功能

（1）叹词本身无具体意义，只是为了表达某种感情色彩或意向而发出的声音。

（2）叹词不与任何实词成分发生语法关系，总是独立于句子之外。

（3）在句子中，叹词可以位于句子的前头或中间，前面、后面总是有停顿。例如：

คนนี้นะ เฮ้ย ฉันไม่รู้จักหรอก

思考与练习

叹词的主要特点都有哪些？试举例说明。

3.14 语气词（คำเสริมบอกมาลา สถานภาพและคำขานรับ）

3.14.1 语气词的语法意义

泰语的语气词除了与汉语一样表达说话人的各种语气之外，还包括汉语中没有的，表示说话人身份和礼貌程度、感情色彩的语尾词以及应答词。这些词多位于句末，个别位于句首。

3.14.2 表示说话人的各种语气（คำเสริมบอกมาลา）

（1）表示命令

常用的出现在句首的词有两个：

จง ให้

<u>จง</u>ตอบคำถาม

<u>ให้</u>กาเครื่องหมาย

出现在句末的有：

ซิ ซิ่ นะ

นั่งลง<u>ซิ</u>(ซิ่)

ไปเดือนนี้ให้ได้<u>นะ</u>

（2）表示号召和邀约

เถอะ เถิด เหอะ นะ สิ น่า

ตื่น<u>เถิด</u> ชาวไทย

นั่ง<u>เถอะ</u>

พรุ่งนี้ไปเที่ยวกัน<u>นะ</u>

ทานข้าวก่อน<u>สิ</u>แล้วค่อยไป

เข้ามาก่อน<u>น่า</u>

（3）表示请求和劝慰

เถอะนะ เถอะน่า เถอะน่ะ เถอะน้า น้า

น้องไป<u>เถอะนะน่ะ น่า</u> พี่ไปไม่ได้จริงๆ

ลูกไป<u>เถอะน้า</u> พี่เขาไปไม่ได้จริงๆ

เรื่องแล้วไปแล้ว<u>น้า</u> ลืมเสีย<u>เถอะ</u>

（4）表示提醒和指点

สิ ซิ่ ซี้ แน่ะ นะ น้า เน้อ

เขาให้ก็เอา<u>สิ</u>(ซิ่)

พี่เขาใช้ก็ไป<u>ซี้</u>

เขาอยู่นั่น<u>แน่ะ</u>

หนังสืออยู่บนโต๊ะ<u>นะ</u>

พ่อเขาดุน้ำ

ลูกใครมาเอาไปเน้อ

（5）表示强调

หรอก ดอก เอง แหละ ล่ะ เล่า ร้อก นี่(เนี่ย) น่ะ

เขาก็เก่งหรอก แต่ฉันไม่นับถือ

ดังนั้นดอกหรือ

เป็นอย่างนี้เอง

ก็คนนี้แหละที่หลอกฉัน

ทำไมไม่ทำเองล่ะ

เรื่องอะไรเล่าถึงต้องร้องไห้เช่นนี้

ฉันไม่ยอมร้อก

คนมาจากไหนกันนี่(เนี่ย)

เขาไปไหนกันน่ะ

（6）表示疑问

หรือ หรือเปล่า ไหม หรือไม่ ใช่ไหม ไม่ใช่หรือ หรือยัง หว่า

สบายดีหรือ

ลูกชวนเพื่อนเขาหรือเปล่า

คุณจะซื้อไหม

ไม่ว่าเขาจะทราบหรือไม่ ก็ต้องไปบอกเขา

คุณจะไปต่างประเทศใช่ไหม

น้องจิ๋วหลับแล้วไม่ใช่หรือ

เขากลับบ้านหรือยัง

ลูกใครหว่า

（7）表示感慨

น้อ หนอ

เขาจะมาไหมน้อ

โลกมนุษย์เป็นอย่างนี้เองหนอ

（8）表示厌烦

ซิ่ ซี่ น่ะ

นั่งลงซิ่(ซี่) ยืนบังอยู่ได้

อย่าแกล้งน่ะ

（9）表示异议

ซี้ นี่ เนี่ย นี่นะ นี่นา น่า

(เขาคงไม่อยู่ละมั้ง) อยู่ซี้ ไม่อยู่จะไปไหน

(ว่าเขาทำไม) เขามาว่าฉันก่อนนี่(เนี่ย)

(เขาคงไม่มาหรอก) เขาว่าจะมานี่นะ(นี่นา) เขาคงมาน่า

（10）表示揣测

กระมัง มัง มั้ง ซีนะ ละซี ละซี้

เขาคงไปกระมัง(มัง มั้ง)

เขาคงรู้ซินะ

ไม่มีเงินใช้ละซี(ละซี้) ถึงได้มาหา

（11）表示肯定

ซีน่ะ ซีน่า น่าน้า

งานของเพื่อนทั้งที ฉันต้องไปซีน่ะ(ซีน่า)

(พรุ่งนี้คุณจะมาไหม) มาซี้(ซี่)

ฉันว่าเขาจะชอบเสียอีกน่ะน้ำ

（12）表示请准、协商

ละนะ

ฉันไปก่อนละนะ

（13）表示禁止

ล่ะ นะ

เธออย่าไปไหน<u>ล่ะ</u> อย่า<u>นะ</u>

（14）表示蔑视、责备

นี่น้า

ผู้หญิง<u>นี่น้า</u> จะทำอะไรได้

คุณไม่ควรจะคบเด็ก<u>นี่น้า</u> ผลก็เป็นอย่างนี้แหละ

（15）表示说话人的身份、礼貌程度和感情色彩的语尾词（คำเสริมบอกสถานภาพ）和应答词（คำขานรับ）。

ครับ 男性礼貌用语，可用于疑问句和陈述句句末，也用于应答。例如：

อาจารย์ครับ

ผมทราบแล้วครับ

ครั้บ ผมอยู่นี่

ขอรับ 男性对长者、上级表示尊敬的用语。可用于疑问句、陈述句句末，也用于问答。例如：

ท่านหญิงขอรับ กระผมทราบแล้วขอรับ

ขอรับ ผมอยู่นี่

ครับผม、 ขอรับกระผม 男性对长者、上级表示特别尊敬和礼貌的应答语。后者比前者程度尤甚。

คะ 女性礼貌用语。可用于疑问句和呼语句句末，或用于 สิ、นะ 等语气词之后。例如：

คุณหมอคะ ใครมาคะ ดีสิคะ เชิญนะคะ

ค่ะ 女性礼貌用语。可用于陈述句或应答。例如：

ถูกแล้วค่ะ ค่ะ จะรีบไปเดี๋ยวนี้ค่ะ

เจ้าคะ 女性对长者、上级表示特别尊敬的用语。可用于呼语、疑问句句末或用于语气词 สิ、นะ 之后。例如：

คุณหญิงเจ้าคะ ต้องการอะไรเจ้าคะ ดีสิเจ้าคะ เชิญนะเจ้าคะ

เจ้าค่ะ 女性对长者、上级表示特别尊敬的应答语或陈述句句末语。例如：

เจ้าค่ะ ถูกแล้ว ดีเจ้าค่ะ เชิญเจ้าค่ะ

เพคะ 女性对皇族的用语，可用于呼语、应答语、陈述句和疑问句句末。例如：

ท่านชายเพคะ เพคะ เขาทราบแล้ว

จะเสด็จเมื่อไรเพคะ ทูลแล้วเพคะ

ขา 女性对长者的敬语，可用于呼语或应答语句末。例如：

คุณแม่ขา ขา ไปเดี๋ยวนี้ค่ะ

เจ้าขา 女性对长者的敬语，尤甚于 ขา，可用于呼语或应答语句末。例如：

คุณนายเจ้าขา เจ้าขา ไปเดี๋ยวนี้เจ้าค่ะ

พระพุทธเจ้าข้า พระพุทธเจ้าข้าขอรับ พระพุทธเจ้าข้าขอรับใส่เกล้าใส่กระหม่อม

对国王圣谕的应答语。

พะยะค่ะ(ไม่ทางการ)

男性对王子或公主的应答语。

จ๊ะ 表示亲密、爱怜的用语，可用于呼语句和疑问句句末，或带语气词 สิ、นะ 的句子末尾。例如：

ลูกถามทำไมจ๊ะ

เก่งนะจ๊ะ

第三章 词　类 129

จ้ะ 表示亲密、爱怜的用语，可用于应答或陈述句句末。例如：

จ้ะ ถูกแล้ว

เชิญจ้ะ

จ๋า 表示亲密、爱怜的呼语语尾，也用于应答。例如：

แม่จ๋า　หนูจ๋า　จ๋า ไปเดี๋ยวนี้จ้ะ

ฮะ（重读）：男性儿童、青少年的礼貌用语，可用于呼语、应答语和疑问句、陈述句句末。例如：

คุณนุชฮะ

คงไปฮะ

ฮะ ผมจำได้

คุณแม่ไปด้วยไหมฮะ

ฮะ（轻读）女性儿童、青少年的礼貌用语，可用于呼语、应答、疑问句句末，以及带语气词 สิ、นะ 的句子末尾。例如：

คุณป้าฮะ

ใครบอกฮะ

ได้สิฮะ

สวยนะฮะ

ฮ่ะ 女性儿童、青少年的礼貌用语，可用于应答或陈述句句末。例如：

ฮ่ะ อร่อยดี

ดีฮ่ะ

ยะ 女性表示厌恶的用语，可用于呼语语尾、疑问句句末、带语气词 สิ、นะ 的句子末尾。例如：

แม่แดงยะ ได้ยินหรือเปล่า

รู้หรือยังยะ

ไปสิยะ

ฉลาดนะยะ เธอ

ย่ะ 女性表示厌恶的用语，可用于应答或陈述句句末。例如：

ย่ะ วิเศษ

เก่งย่ะ

เอย 诗歌中的呼语语尾或用于列数词语之后。例如：

แมวเอย นกเอย ปลาเอย ที่บ้านเลี้ยงหมด

เอ่ย：谜语首句末。例如：

อะไรเอ่ย ยิ่งตัดยิ่งยาว

เอ๋ย 表示亲密、爱怜的呼语语尾。例如：

เพื่อนเอ๋ย

ลูกเอ๋ย

เอ๊ย 用于名字之后的呼语语尾，含爱怜义。例如：

แดงเอ๊ย เจ้าจะกลับมาเมื่อไรน้า

วะ 不文雅、不礼貌的用语，可用于疑问句句尾和带语气词 สิ、นะ 的句子末尾。例如：

อะไรวะ

ไปสิวะ

ทำดี ๆ นะวะ

ว่ะ 不文雅、不礼貌的用语，可用于陈述句句末。例如：

ไม่อยู่ว่ะ

เจ็บว่ะ

เว้ย เหวย 不文雅的用语，可用于疑问句、陈述句句末。例如：

อะไรเว้ย

ยุ่งจริงเว้ย

ใครเล่าเหวยจะไปกับพวกเราบ้าง

第四章 句法结构（โครงสร้างประโยค）

我们知道，句子（独词句除外）总是由若干个词语组合而成的。这些词语并不是孤立地存在于句子中，它们之间以一定的语法关系组合在一起。这样的语法关系构成固定的句法结构。换句话说，句法结构也就是语法规则。了解一种语言的基本句法结构，也就是掌握其语法规律，这对掌握和运用这种语言是大有好处的。

泰语的基本语法结构有五种：

主谓结构　（หน่วยประธานกับหน่วยแสดง）

述宾结构　（หน่วยกริยากับหน่วยกรรม）

主从结构　（หน่วยหลักกับหน่วยขยาย）

联合结构　（หน่วยรวม）

连谓结构　（หน่วยกริยาซ้อน）

与汉语不同，泰语没有述补结构。汉语补语的位置在动词之后，说明动作的结果和状态，与主从结构中的中状结构不同。中状结构状语的位置在中心词（动词或形容词）之前。因此汉语中有必要把含有状语的结构和含有补语的结构区分开来。泰语的情形与汉语不同，表示修饰、限定性的成分一般都在中心语之后，其中也包括说明动作行为结果和状态的成分。因此，说明动作行为结果和状态的成分与其他修饰成分在语法位置上没有区别，因此也就和其他修饰成分一样，都归类为状语了。

4.1 主谓结构（หน่วยประธานกับหน่วยแสดง）

4.1.1 什么是主谓结构

主语是陈述的对象，谓语对主语进行陈述，说明主语是什么或怎么样。泰语主语和谓语的关系有下面几种：

（1）动作者和动作（ผู้กระทำ-กระทำ）

แม่บ้านทำกับข้าว

น้อยอาบน้ำ

นกขัน

（2）受事和行为（ผู้ถูกกระทำ-กระทำ）

หน้าต่างปิด

การบ้านต้องทำเสร็จ

อะไรก็ไม่พูด

คนร้ายจับได้แล้ว

นิจถูกต้ม

ที่ไหน ๆ ก็เคยไปแล้วทั้งนั้น

主语是受事，谓语表示行为的句子叫被动句。被动句不能看作宾语提前。

（3）陈述对象和说明（ผู้มีสภาพ-สภาพ）

เมืองไทยอุดมสมบูรณ์

เดชรู้สึกไม่สบาย

วันนี้อากาศดี

เรื่องแบบนี้โทษเขาไม่ได้

เด็กคนนี้อ้วนไป

จานแตก

น้ำเดือด

4.1.2 主语可以由哪些语言单位充当

（1）最常见的主语是由名词、名词性词组或时间词、方位词、体词性代词充当的。例如：

กระเป๋านี้ทำไม่สวย

หัวหินน่าเที่ยวมาก

การประชุมดำเนินมา ๓ วันแล้ว

สิ่งที่น่าชื่นชมคือเขายินดีช่วยเพื่อนเสมอ

ฉันเรียนไม่เก่งเลย

วันที่ ๑ มิถุนายนเป็นวันเด็กสากล

ที่นี่เย็นสบาย

时间词、方位词只要在句中位于谓语之前，是陈述的对象，它就是句子的主语。这与在句子中起限定作用的时间、地点状语是完全不同的。例如：

วันนี้มีประชุม（主语）　　ประชุมวันนี้（状语）

ที่นี่เกิดไฟไหม้（主语）　　เกิดไฟไหม้ที่นี่（状语）

（2）动词、动词性词组、形容词、形容词性词组做主语。例如：

ทำดีกว่าพูด

เป็นแม่ย่อมจะห่วงลูก

นอนกลางวันทุกวันจะมีประโยชน์ต่อร่างกาย

เย่อหยิ่งทำให้คนล้าหลัง

ถ่อมตัวเกินควรก็ไม่สู้ดีนัก

（3）主谓词组做主语。例如：

ผมไปพูดดีกว่าคุณไปพูดแน่

นักเรียนมาโรงเรียนสายเป็นการผิดระเบียบ

ฉันพูดเช่นนี้ทำให้เธอไม่พอใจ

（4）数量词或数量词组、量词词组做主语。例如：

สามร้อยบาทจะซื้ออะไรได้

๑ วาเท่ากับ ๔ ศอก

๕ มากกว่า ๔

ลำนี้แล่นเร็วกว่า

ลำไหนแล่นเร็วกว่า

（5）方位词或方位词词组做主语。例如：

บนโต๊ะมีแจกันคู่หนึ่ง

ในห้องสะอาดมาก นอกห้องสกปรก

ในน้ำมีปลา ในนามีข้าว

（6）任何词、字母或符号作为被解释的对象时，都可以临时充当主语。例如：

“ลำพัง” เป็นคำชนิดไหน

“ก” เป็นพยัญชนะ

“็” เรียกว่าไม้ไต่คู้

“△” เรียกว่ารูปสามเหลี่ยม

4.1.3 谓语可以由哪些语言单位充当

（1）最常见的做谓语的成分是动词、动词性词组、形容词、形容词性词组。例如：

นายประเสริฐเป็นผู้ว่าราชการจังหวัดน่าน

แม่โขงคือเหล้าไทยที่ใคร ๆ ก็รู้จักกัน

หน้าตาเขาคล้ายพี่แอ๋วมาก

พี่ศรีนั่งที่โซฟา

ป้านิจโวยวายดังลั่นไปทั่วบ้าน

ภูเขานี้สูง ภูเขาโน้นต่ำ

เด็ก ๆ ตื่นเต้นมาก

（2）泰语的谓语有时可以单独由名词、名词性词组或体词性代词充当。这种情况只出现在表示肯定或疑问的判断句中。例如：

ผมคนกรุงเทพฯ

นี่คุณประพันธ์

เด็กคนนี้น้องฉัน

ผ้านี้ผ้าฝ้าย

วันนี้วันพฤหัสฯ

พ่อคนงาน แม่ชาวนา

ใครเลขาผู้จัดการ

（3）数量词组可以单独做谓语。

หลานชาย ๖ ขวบ

หมูตัวนี้ ๒ ร้อยกิโลฯ

ที่แปลงนี้สิบกว่าไร่

ห้องนี้ยี่สิบสี่คน

（4）主谓词组做谓语。一般仅限于对主语所提出的事物进行说明、解释或询问。例如：

ต้นไม้นี้ใบใหญ่

สินค้าไทยคุณภาพดี

ส้มโอเปลือกหนา ส้มเขียวหวานเปลือกบาง

เมืองจีนปีหนึ่งสี่ฤดู

เมื่อวานฝนตก

วัดนี้<u>ใครสร้าง</u>

คนในรถ<u>เขาชื่ออะไร</u>

แม่ครัวของเรา<u>แกทำกับข้าวเก่ง</u>

说明：แม่ครัวของเราแกทำกับข้าวเก่ง ①

　　　　นายสายกำนันหนุ่มเป็นคนดี ②

①和②是两种不同的句法结构。虽然句①中的 แม่ครัวของเรา 和 แก 是同位语，句②中 นายสาย 和 กำนันหนุ่ม 也是同位语，但句①中的 แม่ครัวของเรา 是陈述对象、话题，在句①中充当主语，แกทำกับข้าวเก่ง 是对对象（话题）的陈述，是主谓词组做谓语，说明 แม่ครัวของเรา 怎么样。而句②中的 นายสายกำนันหนุ่ม 是陈述对象（话题），กำนันหนุ่ม 作为 นายสาย 的同位语，说明其职务，后面的 เป็นคนดี 才是句子的谓语。此外，从语音停顿上也能看出这两个句子结构的不同。我们只能说 แม่ครัวของเรา/แกทำกับข้าวเก่ง，不能说 แม่ครัวของเราแก/ทำกับข้าวเก่ง。相反，只能说 นายสายกำนันหนุ่ม/เป็นคนดี，而不能说 นายสาย/กำนันหนุ่มเป็นคนดี。

4.1.4 主谓结构的语法特征

（1）主语和谓语的位置，一般总是主语在前，谓语在后。口语中有时为了强调谓语部分的内容，也可以把谓语置于主语之前，组成倒装句。例如：

อร่อยนะ กับข้าว

พอไหม สามใบ

มานี่แน่ะ เธอ

ไม่รู้จริง ๆ หรือ ลูก

（2）主谓结构的主语在特定的语言环境里可以省略。例如：

คุณพ่อซื้อรถใหม่เมื่อวานนี้เอง สวยและวิ่งเร็ว

这是两个句子，后面句子的主语是前面句子的宾语，承前省略，表达简洁，使句子避免了语义重复。

同样，

เขารักฉันมาก ไปไหนมาไหนก็ต้องเรียกฉันไปด้วย

也是两个句子，前后两句主语相同，因而后句承前省略。

省略主语的现象在泰语中大量存在，这一点也与汉语相似。

特定语境中，也有只出现主语的句子，例如：

อันไหนดีกว่า? อันนี้

ใครไปกับผม? อ๊อด

这样的情况只出现在问答句的答句中。离开了问句，单独一个成分就失去了完整的意义，也就不能称其为句子了。可见它们是不能离开特定语境存在的。

我们把这类句子归到名词句里，在第五章"句子和句子分析"中还会讲到。

思考与练习

1. 主谓结构的主语一定是名词吗？举例谈谈充当泰语主谓结构的主语成分都有哪些，能充当谓语成分的都有哪些。
2. "谁是小偷？"泰语可以用几种不同的句法结构表达，试列举之。

4.2 述宾结构（หน่วยกริยากับหน่วยกรรม）

4.2.1 什么是述宾结构

一般说来，述宾结构由"动词性成分+名词性成分"构成，动词性成分表示动作或行为，名词性成分表示动作行为所涉及的对象或跟动作有关的事物，如工具、处所、时间等。例如：

ช่วยคนพิการ

เย็บเสื้อ

เย็บจักร

นอนพื้น

ไม่รักดี

มี ๒ ชั่วโมง

少数非动作动词如 เป็น คือ เหมือน มี ขึ้นต่อ กลายเป็น ฯลฯ，它们所要求的宾语是对动词的判断或说明。例如：

นี่<u>คือหอสมุดแห่งชาติ</u>

คุณวิทยา<u>เป็นประธาน</u>

นิสัยลูก<u>เหมือนพ่อ</u>

กลอนบทนี้<u>ไม่มีที่ติ</u>

โรงพยาบาลนี้<u>ขึ้นต่อกระทรวงสาธารณสุข</u>

สระน้ำนี้กลายเป็น<u>บ่อเลี้ยงปลา</u>ไปแล้ว

4.2.2 动词和宾语的关系

（1）动作和受事

ตีระฆัง

วิดน้ำ

汉语的动词和宾语的关系中有一类是"宾语+施事"，如"来人了""开花了"。但泰语中只能以"施事+动作"的形式表达：คนมาแล้ว ดอกไม้บานแล้ว

（2）动作、行为与目标
ทำการกุศล
ประกอบอาชีพ
ช่วยชีวิต
บรรลุเป้าหมาย
（3）动作、行为与地点或处所
นอนพื้น
กินภัตตาคาร
อยู่บ้าน
แขวนผนัง
แช่น้ำ

地点、处所宾语不同于地点、处所状语。地点、处所状语一般是以介词词组的形式出现在动词之后。例如：**กินที่ภัตตาคาร อยู่กับบ้าน แช่ในน้ำ**。

（4）动作与动作延续的时间
จะไปสองอาทิตย์
ทำสองชั่วโมง
อยู่หลายปี

时量宾语不同于时间状语。时间状语表示动作发生的时间，在动词和时间状语之间可以插入介词。时量宾语和动词之间则不能插入介词，或者插入后语义随之发生变化。例如：

时间状语：
เปิดเทอมอาทิตย์หน้า　　เปิดเทอมในอาทิตย์หน้า 下星期开学
เริ่มบัดนี้　　　　　　เริ่ม ณ บัดนี้ 现在开始
เสร็จสามวันก่อน　　　เสร็จเมื่อสามวันก่อน 三天前完成的

时量宾语：

จะไปสองอาทิตย์　　去两个星期　　*จะไปในสองอาทิตย์

ทำสองชั่วโมง　　　做两小时　　　*ทำในสองชั่วโมง

อยู่หลายปี　　　　住好几年　　　*อยู่เมื่อหลายปี

但动词和时量宾语之间可以插入真宾语（กรรมแท้）和状语成分，插入真宾语之后的时量宾语叫作准宾语（กรรมไม่แท้）：

จะไปกรุงเทพฯ <u>สองอาทิตย์</u>

ทำสบาย ๆ <u>สองชั่วโมง</u>

（5）动作、行为与目标、结果

วาดภาพ

ออกไข่

แต่งตำรา

สร้างโรงงาน

（6）感觉、思维、目标与结果

รู้สึกหนาว

เห็นว่าถูก

หวังดี

นึกอาย

（7）动作、行为与数量

ขาย ๕ กระสอบ

ตี ๒ ที

ฉาย ๓ รอบ

เขียนหลายหน้า

มองแวบหนึ่ง

พูดไม่กี่คำ

(8) 存在、发生与事物

เกิดไฟไหม้

มีข่าว(หรือยัง)

ปรากฏรอยแผล(ที่แขน)

(9) 动作、行为与工具

อาบน้ำร้อน

กินตะเกียบ

ไปรถไฟ

(10) 动作、行为与施事

มากี่คน

พอกิน ๓-๔ คน

นั่ง ๕ คนได้

วิ่งรถ

ทำกันหลาย ๆ คน

เดินเท้าเปล่า

หลั่งน้ำตา

4.2.3 述宾结构中动词的性质

述宾结构中的动词必须是及物动词。不及物动词不能构成述宾结构。及物动词带宾语也是受限制的，并不是任何及物动词都可以带各种形式的宾语。

有的动词只能带体词性宾语。这在泰语里是大量存在的。例如：ตี รบ อภิปราย หว่าน สร้าง พัฒนา รุกราน อ่าน ต้ม ไหว้ เยี่ยม เชื่อ สงสาร อบรม ฯลฯ

有的动词既可以带体词性宾语，又可以带谓词性宾语。例如：ชอบ

กลัว ชวน หยุด เริ่ม ยอม ห้าม อยาก รัก ฯลฯ

4.2.4 宾语可以由哪些语言单位充当

（1）名词、名词性词组、体词性代词做宾语

กลัว<u>ใคร</u>

เล่า<u>นิทาน</u>

ชม<u>วิวชายทะเล</u>

จัด<u>พิธีแต่งงาน</u>

（2）动词、动词性词组、形容词、形容词性词组做宾语

ชอบ<u>ว่ายน้ำ</u>

เลิก<u>สูบบุหรี่</u>

ยอม<u>แพ้</u>

ไม่รัก<u>ดี</u>เลย

（3）主谓词组做宾语

主谓词组做宾语有两种情况，一种是主谓词组直接做宾语，另一种是由结构助词引导的主谓词组小句做宾语。例如：

กลัว<u>พ่อจะดุเอา</u>

เป็นห่วง<u>น้องจะหลงทาง</u>

รู้สึก<u>ตัวเองยังไม่เข้มแข็งพอ</u>

ผมไม่เข้าใจ<u>ที่คุณพูด</u>

（4）数量词组（包括时量、动量）做宾语

หาได้ <u>๖ ตัว</u>（数量）

ปลูก <u>๔-๕ ต้น</u>（数量）

จะไป<u>สองอาทิตย์</u>（时量）

พูด<u>หลายครั้ง</u>（动量）

数量词组做宾语，与动词的结合不像其他述宾结构那样紧密，中间还可以插入名词或副词 ได้ แล้ว 等，而结构性质不变，例如：

หาเสื่อได้ ๖ ผืน

เฆี่ยนนักโทษแล้ว ๒๐ ที

（5）不定代词做虚指宾语（กรรมไม่แท้）

虚指宾语出现在反问句中，表示否定意义。例如：

วิ่งอะไรเล่า(เวลามีถมเถไป)

ขอโทษอะไรกัน(ไม่เห็นผิดตรงไหนเลย)

ซื้ออะไรกัน(หยิบฟรีได้ตามสบาย)

与一般意义上的述宾结构不同，不及物动词和形容词也能带这类虚指宾语。例如：

รวยอะไรกัน(บ้านสักหลังก็ยังไม่มี)

สะดุ้งอะไร (ไม่ได้ทำเสียงดังสักหน่อย)

4.2.5 关于双宾语（ทวิกรรม）

泰语述宾结构中的宾语可以是一个，也可以是两个。上面 4.2.4 中出现的数量宾语（包括时量宾语、动量宾语）与一般宾语有区别，即动词和宾语之间结合不紧密，都可以插入另一个宾语：

ปลูก ๔-๕ ต้น　　　ปลูกต้นไม้ ๔-๕ ต้น

จะไปสองอาทิตย์　　จะไปอาฟริกา สองอาทิตย์

พูดหลายครั้ง　　　พูดเรื่องนี้ หลายครั้ง

一个句法结构中有两个宾语，叫双宾语。前面一个叫直接宾语（กรรมตรง），后面一个叫间接宾语（กรรมรอง）。泰语中能带双宾语（数量宾语除外）的动词是很有限的，常见的有：ถาม บอก ให้ แจก คืน ป้อน ฯลฯ

ถามปัญหา อาจารย์ บอกคะแนน นักเรียน

ให้ยา คนไข้ แจกขนม เด็ก ๆ

คืนหนังสือ ห้องสมุด ป้อนข้าว น้อง

这种双宾语的直接宾语如果是动词词组或主谓词组做定语，直接宾语就会置于间接宾语之后，例如：

น้าแดงบอกหลาน เรื่องที่น้าแดงจะขายร้าน

นักศึกษาถามอาจารย์ ปัญหาที่นักศึกษาส่วนใหญ่ตอบผิด

需要注意的是，如果在间接宾语前插入介词，语法结构就会发生变化，原来的间接宾语就与介词组合构成介词词组，充当动词的状语。例如：

แจกขนมเด็ก ๆ 是双宾语结构；แจกขนมแก่เด็ก ๆ 是中状结构，ขนม 是宾语，แก่เด็ก ๆ 是状语。

คืนหนังสือห้องสมุด 是双宾语结构；คืนหนังสือให้ห้องสมุด 是中状结构，หนังสือ 是宾语，ให้ห้องสมุด 是状语。

4.2.6 述宾结构的语法特征

（1）泰语述宾结构中的动词与宾语结合紧密，语流中间无停顿，不能插入其他成分，否则结构形式就会改变（数量宾语除外）。

พูดภาษาไทย（述宾） พูดชัด（中状）

เขียนภาษาไทย（述宾） เขียนด้วยภาษาไทย（中状）

动词与间接宾语的结合是松散的，中间可以插入另一个宾语成分构成双宾语。例如：

ถามอาจารย์（述宾）

ถามปัญหาอาจารย์（述+直宾+间宾）

（2）泰语述宾结构中动词和宾语的位置必须是动词（述语）在前，

宾语在后，二者次序不能颠倒。述宾位置颠倒后会出现两种情况：

① 宾语是名词、名词性词组、体词性代词的，颠倒后就变成主谓结构，或主从结构，或结构不能成立。例如：

ถามอาจารย์（述宾）→ อาจารย์ถาม（主谓）

เรียนหนังสือ（述宾）→ หนังสือเรียน（主从）

เรียกใคร（述宾）→ ใครเรียก（主谓）

หุงข้าว（述宾）→ *ข้าวหุง

② 宾语是动词、形容词、主谓词组等成分的，颠倒后全部不能成立。例如：

ชอบว่ายน้ำ（述宾）→ *ว่ายน้ำชอบ

ยอมแพ้（述宾）→ *แพ้ยอม

เป็นห่วงน้องจะหลงทาง（述宾）→ *น้องจะหลงทางเป็นห่วง

类似上面三个不能成立的句子，有的如果在中间加了停顿，是可以成立的。但述宾结构在语音上的特点之一是动词与宾语之间不能有停顿，停顿后结构形式就会变化，语法关系、语义关系都会随之改变。因此，加上停顿后的句子结构不是述宾结构。例如：

ว่ายน้ำ ชอบ(แต่กระโดดน้ำ ไม่ชอบ)（主谓）

แพ้ ยอม(แต่ตาย ไม่ยอม)（主谓）

（3）关于主语和宾语

请看下列三个句子：

ก.หน่อยไม่รู้อะไร

ข.หน่อยอะไรก็ไม่รู้

ค.อะไรหน่อยก็ไม่รู้

ก.句的结构形式是“主一动一宾”，这是毫无疑义的。ข. ค.两句中的 อะไร 是受事，出现在动词 ไม่รู้ 之前。这种形式，乌巴吉辛拉巴讪的

《泰语法则》中叫作受事主语；维金・帕努蓬的《泰语结构：语法系统》视为宾语；班久・潘图梅塔的《泰语特征》中叫作宾语前置。หน่อย 一词在 ก. ข. ค. 三句中各家均认为是主语。

我们认为，ข.句中 หน่อย 是主语，อะไรก็ไม่รู้ 是主谓词组做谓语，อะไร 是这个主谓词组的主语。ค. 句中的 อะไร 是主语，หน่อยก็ไม่รู้ 也是主谓词组做谓语，หน่อย 是这个主谓词组的主语。理由是，ข. 句中 หน่อย 是陈述对象，อะไรก็ไม่รู้ 是对 หน่อย 怎么样的陈述。而 อะไร 则是谓语部分中的陈述对象，ไม่รู้ 是对怎么样的陈述。同样，ค.句中 อะไร 是陈述对象，หน่อยก็ไม่รู้ 是对 อะไร 的陈述。而 หน่อย 则是谓语部分中的陈述对象，ไม่รู้ 是对 หน่อย 怎么样的陈述。

我们这样说，并不是否认泰语中有宾语前置的现象。在“结构助词”（3.11）一节里，曾举出如下例子：อีกครั้งหนึ่งที่ปุนจามองไปยังสถานีรถไฟ 因为有结构助词 ที่ 的关联，我们不可能把 อีกครั้งหนึ่ง 和 ปุนจามองไปยังสถานีรถไฟ 看作是主谓关系。这种情况下把它视为宾语前置就是合理的。

4.2.7 关于介词词组的语法性质

现代汉语中介词大都由动词演变而来，因此，还保留着动词的语法功能，介词与它所引导的名词（包括名词性词组）组成介宾词组，一般把它算作述宾结构中的一个小类。泰语中的介词一部分是由动词转化而来的，保留有动词的部分语法功能，如：ให้（给）、ถึง（给、到）、เผื่อ（以备）、จาก（从、离）等；大部分介词本身没有动词的功能，如：ระหว่าง ใน ตลอด โดย ด้วย แก่ ต่อ กว่า สำหรับ 等，但它们在介词词组中，也必须带有宾语性质的名词性成分（个别还可以带有动词性成分，如 วางไว้สำหรับชม），只不过介词词组在句法结构中的作用仅限于做修饰语，不像述宾结构那样可以充当多种句子成分。有鉴于此，介词词组仍然应归在述宾结构一类中，作为其中的一个小类。分析句子时可以指明是“介宾”，以示与一般的述宾结构有所区别。

思考与练习

1. 划出下列句子中的述宾结构、介宾词组，指出充当宾语的都有哪些成分？述宾结构和动词后面带修饰语有何不同？述宾结构的表达方式跟汉语有何异同？

   วันนี้เราเรียนบทเรียนใหม่ในห้องเรียน
   อาจารย์สอนคำศัพท์และรูปประโยคเรา เราออกเสียงได้
   และพอเข้าใจความหมายของบทเรียนได้ เราดีใจมาก
   แต่เรายังมีปัญหาอีกหลายข้อ เราจึงถามปัญหาอาจารย์ เฉินชางถามว่า คำว่า
   “หน่อย”หมายความว่าอะไร หวางหงถามว่า รูปประโยค “......นะคะ(ครับ)”
   ใช้อย่างไร ผม(ฉัน)ถามว่า คำว่า “หมายความว่า” กับ “หมายถึง”
   ใช้เหมือนหรือต่างกันยังไง อาจารย์ตอบปัญหาเรา เราทุกคนพอใจมาก

2. 先看下面两个句子：
   คิดอะไรอยู่ บอกมาซิ
   คิดอะไรกัน ลงมือทำเลยดีกว่า
   试说明这两句中的 อะไร 有何不同，两个句子的前一部分意思有何区别？

3. 泰语的双宾语结构跟汉语有何区别？试举例说明。

4.3 主从结构（หน่วยหลักกับหน่วยขยาย）

4.3.1 什么是主从结构

主从结构包括中定结构和中状结构两种。这两种结构内部关系相似，都是一部分充当中心语，另一部分充当修饰语。中定结构的修饰成分是定语，用来修饰、限制名词、代词及其他体词性成分；中状结构的修饰成分是状语，用来修饰、限制动词、形容词性成分或主谓词组等谓词性成分。

以下分别对中定结构和中状结构两种形式进行分析。

4.3.2 中定结构

（1）定语的性质

定语用来说明被修饰或限定的事物的性质、数量、领属、用途、质料、时间、处所、状态等。例如：

เรือใหม่	หนังสือไร้สาระ	（性质）
มะม่วง ๒ ลูก	งานหลายอย่าง	（数量）
งานเขียนของสุนทรภู่	แม่ผม	（领属）
กระดาษห่อของขวัญ	ผ้าตัดกระโปรง	（用途）
ถ้วยแก้ว	ประตูไม้	（质料）
นิทานสมัยโบราณ	โครงการปีหน้า	（时间）
ดอกไม้ในป่า	เก้าอี้ข้างนอก	（处所）
คนที่ยืนสูบบุหรี่อยู่	คนงานว่างงาน	（状态）

（2）中心语的特征

中定结构中的中心语一般是名词、名词性成分、人称代词、数量词等体词性成分。修饰或限定人称代词的仅限于它的同位语或由结构助词 ที่ ซึ่ง อัน 引导的说明性修饰成分。例如：

名词性成分、量词词组做中心语：

รัฐบาลชุดใหม่

บ้านที่ถูกทิ้งร้างไปนี้เป็นของคุณปู่

สองคนที่ไม่มาคือใคร?

คันที่ทาสีใหม่นี้ดูสวยจัง

人称代词做中心语：

ผม ผู้ใหญ่บ้านทำไมจะไม่มีสิทธิ์ออกเสียงในเรื่องนี้

ท่านซึ่งเชี่ยวชาญนิติศาสตร์ได้รับการเลือกตั้งเป็นประธาน

（3）充当定语的语言单位

① 形容词或形容词性成分

ถังใหญ่

เด็กชาย

เล่มเก่ามาก

ขนาดจิ๋ว

(ไม่เคยเห็น)หมอกหนามากอย่างนี้

สินค้าราคาถูกเหลือเชื่อ

② 名词或名词性成分

ขวดเหล้า กุ้งทะเล กระเป๋าหนัง เสื้อแบบนั้น คนลักษณะนี้

สินค้ายี่ห้อดัง นักศึกษาคณะอักษรศาสตร์ อีกาขนขาว

③ 数量词组、指量词组或量词词组

หนังสือพิมพ์ ๖ ฉบับ(ถูกสั่งปิด)

น้ำ ๔๐ขวด(ขายหมดภายในชั่วโมงเดียว)

เรือหลายลำ(แล่นมาตามสายน้ำ)

ข้าวต้มชามเล็ก(อร่อยกว่า)

④ 代词或指示词

บริษัท<u>ผม</u>

<u>ห้อง</u><u>ไหน</u>

น้อง<u>ใคร</u>

<u>ตู้</u><u>นั้น</u>

⑤ 动词或其他动词性成分

วิธี<u>ควบคุม</u>(นี้ดี)

ยา<u>ฆ่าเชื้อ</u>(ใช้หมด)

(ถึง)เวลา<u>เข้าเรียน</u>(แล้ว)

คน<u>เลี้ยงควาย</u>(เป็นชาวกะเหรี่ยง)

<u>อู่ซ่อมรถยนตร์</u>(อยู่ไหน)

ปัญหา<u>ขาดแคลนน้ำ</u>(ยังแก้ไม่ตก)

⑥ 主谓词组

(เขาเป็น)คน<u>หนักไม่เอา เบาไม่สู้</u>

เรื่อง<u>ใคร ๆ ก็รู้</u>(มาปิดบังฉันทำไม)

หนังสือ<u>ผมแต่ง</u>(ขายหมดแล้ว)

คนนี้แหละ ผู้หญิงที่<u>เขากล่าวถึงกันนัก</u>

(4) 中心语与定语之间加不加结构助词 ที่ ซึ่ง อัน 的问题

从上面举出的例句中可以看到，有的定语前带有 ที่ ซึ่ง อัน，有的不带。那么，这里有什么规律可循呢？

① 数量词组、量指词组及其他量词中心词组做修饰语，不需要加 ที่ ซึ่ง อัน。

เตียง ๒ <u>ชั้น</u>　　　　รถ<u>คัน</u>เล็ก

ผลไม้<u>จาน</u>ใหญ่　　ถุงเท้า<u>ครึ่ง</u>โหล

② 单音节形容词做定语一般不加 ที่ ซึ่ง อัน：

สาวสวย(มักจะอาภัพ)

นโยบายแย่นี้(ถูกคัดค้าน)

สินค้าดี(ย่อมขายง่าย)

อารมณ์เศร้า(ไม่เป็นผลดีต่อร่างกาย)

强调时可以说：

สาวที่สวย(มักจะอาภัพ)

นโยบายอันแย่นี้(ถูกคัดค้าน)

สินค้าที่ดี(ย่อมขายง่าย)

อารมณ์อันเศร้า(ไม่เป็นผลดีต่อร่างกาย)

③ 单音节动词做定语一般不加，强调时可以加，但需要注意音节的和谐。

เรื่องโกง อาหารทอด เรือจอด

หมาเห่า ปลาตาย

强调时可以说：

อาหารที่ทอดแล้ว ห้ามรับประทาน

加 ที่ 之后又在定语 ทอด 后面加上 แล้ว 以协调音节的节奏。

เรือที่จอดไว้นั่น ของใคร 加 ที่ 之后又在定语 จอด 后面加上趋向动词 ไว้，除了表示"有定"的语义外，同样也是为了协调音节的节奏。

④ 意义上结合紧凑的中定结构不加。

วินัยสอบ เขื่อนกั้นน้ำ งานก่อสร้าง ภาษีบำรุงท้องที่

หนังสือร้องเรียน ระเบียบรักษาความปลอดภัย

⑤ 主谓词组做定语，一定要加。

วันแรกที่พี่กลับมาจากอเมริกา

ความลับซึ่งแม่รักษาไว้ตั้ง ๒๐ ปี

⑥ 中心语是名词词组、数量词组等复杂成分时，一般要加。

ขนมไทยชื่อดังที่อร่อยๆ

ประเทศเพื่อนบ้านที่ดี

เล่มปกอ่อนที่หายหาเจอแล้ว

๔๐๐๐ ตันที่ส่งออกได้กำไรเท่าไร

以上规律是从语法角度总结出来的。实际上中定结构里要不要加 ที่ ซึ่ง อัน 往往不是只受语法规则的支配，同时还要受语义的强调、音节的和谐、语言色彩等因素的制约。③项的例子也说明了这一点。

（5）关于同位语

泰语的同位语和汉语一样，是对前面的本位语的说明。前后两个成分是指称同一事物。例如：

กรุงเทพมหานครฯ เมืองหลวงแห่งประเทศไทย

นายสว่าง อดีตผู้ใหญ่บ้าน

สามก๊ก นิยายจีนสมัยโบราณ

由于同位语是对前面的本位语起说明作用的，它与普通的定语不一样。首先，同位语和本位语是等同关系，没有主从之分；其次，同位语不能与本位语构成词组。应该说，同位语只能算是定语的一个特殊的小类。

（6）泰语里中定结构的次序

① 汉语里定语和中心语的位置关系是定语在前，中心语在后；泰语恰恰相反，是中心语在前，定语在后。例如：

หนังสือไวยากรณ์	语法书
หนังสือของผม	我的书
หนังสือ ๓ เล่ม	三本书
หนังสือที่เพิ่งซื้อมา	刚买来的书

② 汉语中，如果一个中心语有多个定语修饰，诸定语的次序一般是：

带“的”的定语在不带“的”的定语之前（例外：数量词做定语虽然不带“的”，也可以放在带“的”的定语之前；领属性定语位于所有定语之前。例如：小的瓷茶壶，一间最大的屋子，我那本没看完的书）。如果几个定语都不带“的”，一般的次序是：①领属性定语；②数量词；③形容词；④名词。例如：

他$_1$那件$_2$新$_3$羊皮$_4$大衣

泰语中如果一个中心语有多个定语修饰，诸定语的次序一般是：①名词②形容词③数量词④结构助词词组⑤领属性定语⑥指示代词。例如：

หนังสือไวยากรณ์ใหม่สามเล่มที่เพิ่งซื้อมาเมื่อวานของผมนั้น

书　语法　新　三　本　的　刚买来　昨天　的我　那

我昨天刚买来的那三本语法书。

当然，诸定语的先后次序不是绝对固定的，这里需要注意两点：

首先，被强调的部分放在诸定语的前头（离中心语最近的位置）。例如：

我的那本厚书

หนังสือเล่มหนาของฉัน 强调 เล่มหนา（厚本的）（重音在“厚”）

书　本　厚　的　我

我的那本书厚

หนังสือของฉันเล่มหนา 强调 ของฉัน（我的）（重音在“我”）

书　的　我　本　厚

其次，尽量避免造成歧义。例如：

หนังสือของฉันบนโต๊ะ　桌子上我的那本书

如果说成

หนังสือบนโต๊ะของฉัน　我的桌子上的书

ของฉัน 既可以看作 โต๊ะ 的定语，也可看作 หนังสือ 的定语，语义就

会含混不清。同样，

  หนังสือที่เพิ่งซื้อมาบนโต๊ะ　如果说成

  หนังสือบนโต๊ะที่เพิ่งซื้อมา

也就搞不清 ที่เพิ่งซื้อมา 是修饰 หนังสือ 还是修饰 โต๊ะ。

因此，在说话中安排诸定语次序时，上述三点都是需要注意的。

③ 中定结构和主谓结构同形时的区分

由于泰语的中定结构是中心语在前，修饰语在后，如果这个定语是由动词、动词词组、形容词、形容词词组充当的，那么，孤立地看就不易区别是中定结构还是主谓结构。例如：

  ขนมอร่อย

  ขนมอร่อยนะ①

  ขนมชั้นเป็นขนมอร่อยของไทย②

句①中的 ขนมอร่อย 是主谓结构，句②中的 ขนมอร่อย 则是中定结构。又如：

  ยามรักษาความปลอดภัย

  ยามรักษาความปลอดภัยอย่างเข้มงวด③

  นายสายเป็นยามรักษาความปลอดภัย④

句③中的 ยามรักษาความปลอดภัย 是主谓结构，句④中的 ยามรักษาความปลอดภัย 则是定中结构，充当宾语。

那么，怎样才能判断出这种同形异类的结构到底是什么性质呢？除了根据语义和语境去判断以外，还可以用语音停顿和用中间能否加结构助词来区分。主谓结构之间允许有语音停顿，中定结构之间不能停顿；一般来说，凡形容词、形容词词组、动词、动词词组做定语时，中心语和定语之间都可以插入结构助词，而语义基本不变，主谓结构之间则不能。

ขนมอร่อยนะ（主谓）

*ขนมที่อร่อยนะ（不成立）

ขนมชั้นเป็นขนมอร่อยของไทย（中定）

ขนมชั้นเป็นขนมที่อร่อยของไทย（中定，语义不变）

ยามรักษาความปลอดภัยอย่างเข้มงวด（主谓）

ยามที่รักษาความปลอดภัยอย่างเข้มงวด（中定，结构形式和语义都发生变化）

นายสายเป็นยามรักษาความปลอดภัย（中定，宾语）

นายสายเป็นยามที่รักษาความปลอดภัย（中定，宾语。语义不变）

汉语的定中结构是定语在前，中心语在后，所以不存在跟主谓结构同形的问题。例如：

好家具　（定中）　家具好（主谓）

在泰语中，同形：

เครื่องเรือนดี（定中/主谓）

4.3.3 中状结构

（1）状语的性质

中状结构的状语主要对动词、形容词进行修饰、限制，说明状态、程度、时间、处所、结果、目标、领属、能愿、对象等，或者对全句进行限定、评注。例如：

เขาเดิน<u>เรื่อย ๆ</u>（状态）

แก้วพูด<u>อย่างจริงจัง</u>（状态）

สวย<u>มาก</u>（程度）

ผมตื่น<u>๖ โมงเช้า</u>（时间）

แสดง<u>ที่โรงละครแห่งชาติ</u>（处所）

อ่าน<u>จบ</u>（结果）

ส่ง<u>ถึงท่านนายก</u>（目标）

เขาพูด<u>ของเขา</u> เราทำ<u>ของเรา</u>（领属）

<u>ย่อมต้อง</u>รู้（能愿）

มันเป็นเรื่องใหญ่<u>สำหรับผม</u>（对象）

<u>ปกติ</u> เขาเป็นคนตรงเวลา（评注）

(2) 状语的种类

① 修饰或限定性状语

凡是对动词、形容词或主谓词组进行修饰、限定的成分都是修饰或限定性状语。一般所说的状语大部分属于这一类。

② 评注性状语，也有人把它叫作"特殊成分"。例如：

<u>ปกติ</u> รถไม่ติดมากอย่างนี้

<u>น่ากลัว</u> ตลาดหุ้นจะแย่ลงอีก

คนที่นี่ <u>ธรรมดา</u>จะไม่ชอบค้าขาย

คนไทย มารยาทดี<u>โดยทั่วไป</u>

<u>ที่จริง</u> ฉันไม่ชอบกินของหวานหรอก

<u>ความจริง</u> ไม่บอกก็ได้

评注性状语是对整个句子的说明，其位置相当灵活，可以在句首，也可以在句中，还可以在句末。

(3) 状语由哪些语言单位充当

① 副词

在第三章"词类"中已经提到过，副词的主要语法作用就是修饰动词、形容词，也就是在句子里充当状语。例如：

วันนี้ร้อน<u>มาก</u>

ฝนตก<u>อีก</u>แล้ว

แก<u>เพิ่ง</u>กลับมา

อย่าเหนื่อยมากนัก
ชิมนิดหน่อยเท่านั้น
เธอไม่ควรโดดงาน
โทรศัพท์เคลื่อนที่นี้ดีแน่
กำลังจะออกจากบ้าน
② 形容词或形容词性词组
เดินช้าๆ
หนาวแย่
แม่พูดถูก
ทำงานคล่องมาก
ลมพัดวู่ๆ
③ 介词词组

介词词组的主要语法作用是修饰动词、动词性词组，在句中充当状语，有时也修饰形容词、形容词性词组。

ว่ายน้ำในทะเล（地点）
เขามองผมด้วยความหวาดระแวง（方式）
ฉันเห็นกับตา（工具）
ทุกคนควรซื่อสัตย์ต่อหน้าที่（对象）
พวกเขารักชาติยิ่งกว่าชีวิต（比较）
หนังเริ่มตั้งแต่ทุ่มครึ่ง（时间）
มันก็ถูกของมัน（领属）
พี่สาวยิ้มทั้งน้ำตา（状态）
กับข้าวซื้อไว้สำหรับเด็กๆ（专属）

现代汉语里通常需要用两个动词连用（连动式）表达的语法结构，泰语中往往用介词词组修饰动词的中状结构去表达。例如：

กินด้วยตะเกียบ 用筷子吃饭

ยิ้มทั้งน้ำตา 流着眼泪笑

ดื่มเหล้ากับแขก 陪客人喝酒

พิมพ์งานให้อาจารย์ 替老师打字

④ 时间词或时间词词组

มหาวิทยาลัยปักกิ่งจะเปิดเทอมสัปดาห์หน้า

ประชุมเดือนที่แล้ว

เข้าแถวเดี๋ยวนี้

ไปกรุงเทพฯ ฤดูฝน

（关于时间状语和时量宾语的区别，在 4.2.2 已经说明。）

⑤ 动词或动词词组

ผมพูดตาม

๊อดมาเป็นครั้งแรก

นักร้องร้องประสานเสียง

คุณป้าผอมลง

由动词或动词词组做状语的中状结构跟两个动词连用的连动式如：เขาเดินมองซ้ายแลขวา 表面上看似相同，实际上是两种不同的结构形式。下面在“连动式”一节里我们还将具体分析。

⑥ 结构助词词组

พิจารณาอย่างรอบคอบ

รับปากโดยดี

แต่งให้สวย

ฟังจนเบื่อ

นั่งเสียเมื่อย

เรื่องนี้ยากที่จะสำเร็จ

ตกลง<u>ที่</u>จะระงับกรณีพิพาททั้งมวล

ดีใจ<u>ที่เธอรอดชีวิตมาได้</u>

（4）中状结构的语序

同汉语一样，泰语的状语在中状结构中的位置也是灵活多样的，不像定语那样容易说清楚。许多时候状语位置的前后是由语用规则决定的，下面举出几条主要的原则：

① 一般来说，形容词、动词做状语位于动词之后者居多。例如：

เคาะประตู<u>เบาๆ</u>

พูด<u>ตาม</u>

สั่งการ<u>เด็ดขาด</u>

ตกแต่ง<u>อย่างประณีตงดงาม</u>

② 副词做状语位置复杂，有的在中心语之前，有的在中心语之后，有的在中心语的两边。例如：

<u>เพิ่ง</u>กลับ

<u>มัวแต่</u>คุยกัน

<u>เล่น</u>สนุกเกอร์<u>อยู่</u>

<u>จะต้อง</u>ทำสำเร็จ<u>ให้ได้</u>

หาที่เปรียบ<u>ไม่ได้</u>

以上这些副词做状语的位置都是固定的。

③ 评注性状语位置十分灵活

评注性状语无论是在句首还是在句中或句末，从总体来讲，句子基本含义没有变化，但位置不同，强调的对象也是不同的。例如：

<u>ที่จริง</u> นุ้ยไม่ใช่เด็กฉลาด

นุ้ย <u>ที่จริง</u> ไม่ใช่เด็กฉลาด

นุ้ยไม่ใช่เด็กฉลาดหรอก <u>ที่จริง</u>

ตามปรกติ ที่ห้างนี้ ตอนเช้าไม่ค่อยมีคน

ที่ห้างนี้ ตามปรกติ ตอนเช้าไม่ค่อยมีคน

ที่ห้างนี้ ตอนเช้าตามปรกติ ไม่ค่อยมีคน

ที่ห้างนี้ ตอนเช้าไม่ค่อยมีคนตามปรกติ

可以看出，评注性状语在句首时，强调程度最高，在句中次之，在句末最次。

思考与练习

1. 定语和状语在汉语和泰语中的区别是什么？试举例说明。
2. 试分析下列句法结构的内部成分：

เรียนภาษาไทยอย่างขยันขันแข็ง

นักศึกษาที่ยังไม่ลงทะเบียน

หนังสือนำเที่ยว

คนขยันหมั่นเพียร

ไม่ค่อยชอบดูหนัง

4.4 联合结构（หน่วยรวม）

4.4.1 什么是联合结构

两个或两个以上的具有同样语法作用的词语，在同一句法结构中并列联合在一起，叫作联合结构。例如：

พี่ ป้า น้า อา

มหาวิทยาลัยปักกิ่งมีคณะภาษาและวรรณคดีจีน คณะมานุษยวิทยา คณะนิติศาสตร์ คณะเศรษฐศาตร์ คณะคณิตศาสตร์ คณะแพทยศาสตร์ ฯลฯ

第四章 句法结构

ชีวิตของเขาหมกมุ่นอยู่กับ<u>กินเหล้า</u> <u>เมายา</u> <u>เที่ยวผู้หญิง</u> <u>เล่นการพนัน</u>เท่านั้น
ผิว<u>เนียน</u> <u>นุ่ม</u> <u>หอม</u> <u>สดชื่น</u>
ไปโรงเรียน<u>จันทร์</u> <u>พุธ</u> <u>ศุกร์</u>
<u>ตาอ้น</u>กับ<u>ตาอั้น</u>ไปไหนกันแล้ว
ผู้หญิงคนนี้<u>สวยด้วย</u> <u>ใจดีด้วย</u>
<u>นกเอย</u> <u>กวางเอย</u> <u>ช้างเอย</u> มารวมตัวกันที่ลานกว้าง

4.4.2 联合结构的形式特征

从上面的例句可以看出，泰语的联合结构同汉语一样可以有如下几种：

（1）各并列成分之间没有语音停顿。
<u>ช้า</u><u>เร็ว</u>ก็ต้องแต่งงานกับเขา
<u>ดี</u><u>ชั่ว</u>ก็พ่อผม
<u>พี่ ๆ</u> <u>น้อง ๆ</u> มากันพร้อมหน้าพร้อมตา

（2）各并列成分之间有语音停顿。
พัฒนาทั้ง<u>การเมือง</u> <u>เศรษฐกิจ</u> <u>วัฒนธรรม</u> ฯลฯ
สายรุ้งมี ๗ สี <u>ม่วง</u> <u>คราม</u> <u>น้ำเงิน</u> <u>เขียว</u> <u>เหลือง</u> <u>ส้ม</u> <u>แดง</u>
สวนนี้ปลูกมะม่วง <u>ทุเรียน</u> <u>มังคุด</u> ฯลฯ

（3）各并列成分之间有连词连接。
เขาคงมา<u>เครื่องบิน</u>หรือไม่ก็<u>มาเรือ</u>
ปิดเทอมนี้ว่าจะไปเที่ยว <u>สิงคโปร์</u>และ<u>ฮ่องกง</u>
<u>คุณพูด</u>หรือ<u>ผมพูด</u>ก็เรื่องเดียวกัน
<u>ขอโทษ</u>ก็แล้ว <u>ชดใช้</u>ก็แล้ว แกก็ยังไม่ยอมท่าเดียว

（4）各并列成分之间带有语气词。
<u>ถุงเท้าเอย</u> <u>กระโปรงเอย</u> <u>ตุ๊กตาเอย</u> กองไว้เต็มพื้น

4.4.3 哪些语言单位可以组成联合结构

泰语的名词、方位词、数词、数量词组、代词、动词、形容词（区别词除外）都可以组成联合结构。副词、介词、结构助词、连词、叹词、语气词一般不能组成联合结构。语法性质相同的词组也可以组成联合结构。

名词

<u>เสื้อผ้า</u> <u>เครื่องสำอาง</u> <u>กระเป๋าเงิน</u> ฯลฯ วางระเกะระกะอยู่บนเตียง

<u>อุดมคติกับความเป็นจริง</u> อันไหนจะสำคัญกว่ากัน

方位词

<u>ข้างบน</u> <u>ข้างล่าง</u> <u>ข้างนอก</u> <u>ข้างใน</u> ค้นหาจนทั่วแล้วก็ยังไม่พบ

ไปได้ทั้ง<u>ทางเหนือ</u>และ<u>ทางใต้</u>

数词，数量词组，量指词组

พูดตามครู <u>หนึ่ง</u> <u>สอง</u> <u>สาม</u>

ซื้อ<u>สองกิโลฯ</u> หรือ<u>สามกิโลฯ</u>ก็ได้

<u>ใบนี้</u>กับ<u>ใบนั้น</u>เหมือนกัน

代词

<u>คุณ</u> เขากับผมสามคนก็พอ

ทำอย่างนี้หรืออย่างนั้นกันแน่

动词

ผมชอบ<u>ตีกอล์ฟ</u> <u>เล่นโบว์ลิ่ง</u> <u>ว่ายน้ำ</u> ฯลฯ

ถูกเขา<u>หัวเราะเยาะเย้ย</u> <u>ประชดประชัน</u>จนหน้าแดง

形容词

อาคารใหม่หลังนี้ทั้ง<u>สูง</u>และ<u>ใหญ่</u> ดูเด่นมากทีเดียว

อากาศ<u>สดชื่นด้วย</u> <u>เย็นสบายด้วย</u>

词组

<u>มีกิน</u> <u>มีใช้</u>ก็ดีถมไปแล้ว

จะว่าเขาผิดก็ไม่ถูก จะว่าเขาถูกก็ไม่เชิง

主谓词组

เขาก็ไม่ยอมโทรฯ มา ฉันก็ไม่ยอมโทรฯ ไป

คุณเป็นหัวหน้าหรือผมเป็นหัวหน้ากันแน่

4.4.4 联合结构可以充当哪些句子成分

联合结构可以做主语、谓语、宾语、定语、状语。

（1）做主语

พ่อ แม่ พี่ น้องเป็นชาวนาทั้งนั้น

ผักและผลไม้มีประโยชน์ต่อร่างกาย

（2）做谓语

ลูกผมฉลาด ขยันและนิสัยดี

เมืองไทย ในน้ำมีปลา ในนามีข้าว

（3）做宾语

คุณจะรับกาแฟ น้ำชาหรือโค้ก

นักศึกษาไทยที่เรียนภาษาจีนคือ สุธี อุทัย เจริญและเมธินี

（4）做定语

ดอกกุหลาบสีแดง สีชมพู สีเหลืองฯลฯ ขึ้นเต็มตามรั้วบ้าน

หลังบ้านมีต้นไม้สูง ๆ ต่ำ ๆ ขึ้นงามหลายต้น

（5）做状语

รถวิ่งช้าเร็วไม่สำคัญ สำคัญคือความปลอดภัย

น้านิจยิ้มอย่างมีความหมายและมีเสน่ห์

4.4.5 联合结构的语法特点

（1）联合结构并列各部分语法性质相同，不同类的语法成分组合在一起不能形成并列关系。例如：

*ฉันชอบแมวบ้าง หมาบ้าง เล่นกีฬาบ้าง ดูทีวีบ้าง

*ผมเรียนจบมหาวิทยาลัยได้ก็เพราะการอุดหนุนของญาติและตัวเองขยันหมั่นเพียร

第一句中的 แมว หมา 不能与述宾结构 เล่นกีฬา ดูทีวี 并列联合在一起。

第二句中的中定结构 การอุดหนุนของญาติ 也不能和主谓结构 ตัวเองขยันหมั่นเพียร 并列联合。

（2）联合结构各个组成成分位置可以互换而基本意思不变，但是其内部次序一般有固定的排列习惯。

ครอบครัวผมมีพ่อ แม่ พี่ น้อง ผม ๕ คน

พ่อ แม่ พี่ น้อง ผม 五个并列成分依长幼男女次序排列，自己置于最后，符合礼貌原则。

การไปเที่ยวเมืองไทยครั้งนี้ได้ไปหลายจังหวัด เช่น กรุงเทพฯ เชียงใหม่ ลำปาง น่าน ฯลฯ

四个并列成分以城市大小为序，颠倒则不符合表达习惯。

นักเรียนส่วนใหญ่มักชอบนอนดึก ตื่นสาย

两个并列成分依发生次序为序，颠倒则不符合逻辑原则。

思考与练习

1. 下面这些联合结构是以什么原则排序的？

แม่นวดแป้ง พี่ล้างผัก น้องปอกกระเทียม ช่วยกันทำกับข้าวในห้องครัว

หญิงสาวที่<u>สวยงาม</u>และ<u>เฉลียวฉลาด</u>

2. 下列句子是否符合语法规律？说明理由。

วันนี้อากาศไม่ดี ทั้งหนาวและฝนตก

วันนี้อากาศดี แดดแจ๋วและไปเที่ยวได้

เมืองไทยเป็นเมืองสวย เศรษฐกิจดีและเล่นมวยเก่ง

4.5 连谓结构（หน่วยกริยาซ้อน）

连谓结构指包含两个以上谓词性成分，所指的动作次第发生的动词性结构。

4.5.1 兼语式（กรรมทำหน้าที่ควบเป็นประธาน）

（1）由“动词 $_1$+名词+动词 $_2$ 或形容词……”组成的结构。名词既充当动词 $_1$ 的受事宾语，又充当动词 $_2$ 的行为施事或形容词描述的对象。这样的结构称为兼语式。例如：

<u>เชิญ</u> <u>ท่านอธิการบดี</u> <u>กล่าว</u>

<u>บอก</u> <u>เขา</u> <u>ไปหาหมอ</u>

<u>ส่ง</u> <u>ลูก</u> <u>เรียนหนังสือที่ต่างประเทศ</u>

<u>เลือก</u> <u>คุณปริชา</u> <u>เป็นส.ส.</u>

（2）泰语的兼语式动词（前位动词 $_1$）

能充当兼语式前位动词的动词是有限的，常见的如下：

สั่ง เชิญ เลือก บอก เรียน(บอก) บังคับ นัด ส่ง ช่วย พา นำ จูง พยุง ประคอง หา จ้าง สนับสนุน ห้าม สอน มี ชม ว่า ด่า คุม ทำ（使）ทำให้ ให้（让）ขอ（请求）ขอให้（祝，求）เห็น ฯลฯ

（3）兼语式的结构

① 动 $_1$+宾（主）+动 $_2$

กริยา$_1$+*กรรม(ประธาน)*+ *กริยา*$_2$

สั่งคนงานทำความสะอาด

บอกเขาไปหาหมอ

② 动 $_1$+直宾+间宾+动 $_2$

กริยา$_1$+*กรรมตรง* +*กรรมรอง(ประธาน)*+ *กริยา*$_2$

ให้ขนมเด็กกิน

แจ้งคะแนนนักเรียนทราบ

间接宾语是动 $_2$ 的施事，直接宾语是动 $_1$ 的受事。

③ 动 $_1$+宾（主）+形

กริยา$_1$+*กรรม(ประธาน)*+ *คุณศัพท์*

ทำให้เธอสวยขึ้น

ชมเขาเก่ง

④ 动 $_1$+宾（主 $_1$）+主 $_2$+谓

กริยา$_1$+*กรรม(ประธาน*$_1$*)* +*ประธาน*$_2$+ *กริยา*$_2$

ขอให้ท่านสุขภาพสมบูรณ์

ทำผมชื่อเสียงเสียหาย

มีถนนชื่อซ้ำกัน

แจ้งข่าวนักเขียนประชุม

⑤ 动 $_1$+宾 $_1$（主）+动 $_2$+宾 $_2$+……

กริยา$_1$ +*กรรม*$_1$ *(ประธาน*$_1$*)* +*กริยา*$_2$+ *กรรม*$_2$

ขอให้คุณส่งลูกน้องไปรับผม

เรียกตำรวจพาคนแก่ไปหาหมอ

ไม่มีพี่เลี้ยงดูแลเด็ก ๆ

มีแขกมาบ้าน

มีญาติอยู่ชนบท

（4）兼语式可以充当哪些句子成分

① 兼语式独立成句

兼语式独立形成的句子是无主句或不带主语的句子。例如上面已举出的一些例句：

มีแขกมา

ขอให้ท่านสุขภาพสมบูรณ์

บอกเขาไม่ต้องมา

② 充当主语

บังคับทหารฝึกซ้อมเป็นหน้าที่ของผม

จะว่าฉันโกงก็ไม่ถูก

บอกเขาไม่ต้องมาก็หมดเรื่อง

③ 充当谓语

พ่อส่งลูกไปโรงเรียน

ห้องนี้ มีกรรมการประชุมอยู่

ฉันทำนาพิกาหาย

④ 充当定语

兼语式做定语，一般都由结构助词引导，组成结构助词词组。

คนที่ชมเขาเก่งคือใคร

ครีมที่ทำให้ผิวสวยขึ้นนั้นผลิตที่ไหน

ชาวบ้านที่เลือกคุณอาทิตย์เป็นส.ส.มี ๖๒ คน

ผมต้องการทราบว่าใครที่ทำผมชื่อเสียงเสียหาย

（5）兼语式与主谓词组做宾语，从形式上看是一样的，实际上却是两种不同类型的句法结构。其区别在于：

① 语音停顿不同。主谓词组做宾语的句子，动$_1$与主谓词组之间可以有较长的语音停顿。例如：

ผมกลัว ฝนจะตก　　　ผมว่า แกยังไม่ขยันพอ

兼语式则只能在动$_1$+宾（主）和动$_2$之间做语音停顿，而不能在动$_1$和宾（主）+动$_2$之间停顿。例如：

ผมสั่งเด็ก ทำความสะอาด　　*ผมสั่ง เด็กทำความสะอาด

คุณบอกเขา ไม่ต้องมา　　*คุณบอก เขาไม่ต้องมา

② 主谓词组做宾语的句子，宾语可以与前面的主$_1$+动$_1$颠倒位置而保持语义基本不变。例如：

ผมกลัว ฝนจะตก　　ฝนจะตก ผมกลัว

ผมว่า แกยังไม่ขยันพอ　　แกยังไม่ขยันพอ ผมว่า

而兼语式则不能：

ผมสั่งเด็ก ทำความสะอาด　　*เด็กทำความสะอาด ผมสั่ง

คุณบอกเขาไม่ต้องมา　　*เขาไม่ต้องมา คุณบอก

（6）泰语兼语式与汉语兼语式的异同

汉语的兼语动词包括介词“被、给、叫、让”等，“我被他骂了一顿”算兼语[①]。

前面已经说过，泰语的介词绝大多数不带有动词性质，我们把介词词组的语法作用仅限定在修饰动词、形容词，充任状语的范围内。因此，由介词 ถูก ให้ 引导的词组与其他动词连用时不宜算作兼语式。例如：

ผมถูกเขาด่า　介词词组 ถูกเขา 是 ด่า 的状语

มอบตำแหน่งให้เขา 介词词组 ให้เขา 是 มอบ 的状语

（ให้เขาพูด 中的 ให้ 是动词，因而构成兼语式，与介词 ให้ 不同。）

---

① 赵元任，《汉语口语语法》，北京：商务印书馆，2010年，第72页。

4.5.2 连动式（หน่วยกริยาเรียง）

（1）什么是连动式

两个以上动词或动词性成分连用，所表示的动作由同一主体发出或承受，次第发生，这样的结构叫连动式。例如：

ลูกสาว<u>ออกไปซื้อของ</u>

คุณตา<u>นั่งอ่านหนังสือพิมพ์</u>ในห้องรับแขก

นายกสมาคมจะ<u>เรียกประชุมประกาศเรื่องการแข่งขัน</u>

ผม<u>นอนพลิกตัวไปมา</u>อยู่บนเตียง

น้องชาย<u>ถือกระเป๋าขึ้นรถเมล์ไปแล้ว</u>

<u>ใช้ช้อนกินข้าว</u>สะดวกกว่า

<u>ลองพูดดูซิ</u>

多个动词或动词词组联系在一起组成句子的现象在泰语中相当普遍，表面上看起来形式相似，内部结构关系可能大不相同。例如：

<u>ว่ายน้ำ</u> มีประโยชน์มาก　（主谓：动词词组做主语）

คุณเจน<u>ชอบว่ายน้ำ</u>　（述宾：动词词组做宾语）

คุณเจน<u>ว่ายน้ำ ตีแบดมินตัน</u>ทุกวัน　（联合）

ผม<u>สอนเด็กว่ายน้ำ</u>　（兼语）

แก<u>ออกไปว่ายน้ำ</u>　（连动）

连动式与动词性成分做主语的主谓结构、动词性成分做宾语的述宾结构有区别，这里面的不同比较容易识别。容易混淆的是连动式与动词性成分并列的联合结构、动词做状语的中状结构及兼语式的不同。

（2）连动式与动词性联合结构、动词做状语的中状结构、兼语式的区别：

① 连动式与动词性联合结构

我们只需用一个标准就可以把连动式和动词性联合结构区分开来。

即：联合结构各并列成分的位置颠倒后句法结构上依然能够成立，语义也基本不变。例如：

คุณเจนว่ายน้ำ ตีแบดมินตันทุกวัน

คุณเจน ตีแบดมินตัน ว่ายน้ำทุกวัน

而连动式各动词（或动词词组）表示的动作次第发生，不能变换位置。变换位置后句子不能成立。例如：

แกออกไปว่ายน้ำ　　　　*แกว่ายน้ำออกไป

② 连动式与动词性成分做状语的中状结构

连动式里有些后位动词是说明动作状态的，表面上看跟中状结构很相似。例如：

เขาเดินมองซ้ายแลขวา

คุณปู่นั่งหลับตา

这类连动结构与中状结构还是不一样。我们知道连动式几个动词或动词词组共用一个主语，因此我们可以把连动式拆开，由主语跟动词分别组成几个主谓词组，而语义相加基本不变：

เขาเดิน　　เขามองซ้ายแลขวา

คุณปู่นั่ง　คุณปู่หลับตา

中状结构里一个动词跟另一个动词之间形成修饰关系，如果这样分拆之后与原句语义相差很大，有时甚至句子不成立。例如：

ฉันยิ้มตาม ≠ ฉันยิ้ม + ฉันตาม

เขามาเป็นครั้งแรก ≠ เขามา + เขาเป็นครั้งแรก

动词充当动词的修饰语是说明前一个动作的状态，不是次第发生的两个动作。

③ 连动式与兼语式

兼语式是前位动词（动词$_1$）的宾语兼作后位动词（动词$_2$）的主语，

连动式是两个或两个以上的动词共有一个主语；兼语式的前位动词仅限于可以列举的少数动词，连动式的动词没有限制。换言之，连动式里几个动作的主体或受事是同一个，兼语式几个动作的主体一定不是同一个。例如：

兼语式　ดิฉันเชิญท่านประธานกล่าว

　　ดิฉันเชิญท่านประธาน　　　　ท่านประธานกล่าว

连动式　ดิฉันซื้อขนมกิน

　　ดิฉันซื้อขนม　　　　　　ดิฉันกิน

（3）连动式的类型

① 诸动词都不带宾语。

น้องสาว<u>นั่งร้องไห้</u>อยู่ในห้อง

ท่าน<u>ลุกขึ้นยืนกล่าวคัดค้าน</u>ด้วยเสียงอันหนักแน่น

② 前位动词不带宾语，后位动词带宾语。

ป้า<u>ไปซื้อของ</u>

ผม<u>ช่วยเติมน้ำชา</u>ก็ได้

③ 前位动词带宾语，后位动词不能带宾语。

ฉัน<u>ชงกาแฟทาน</u>วันละ ๒ ถ้วย

<u>เช่าบ้านอยู่</u>ดีกว่า

④ 诸动词都带宾语。

<u>ลางานกลับบ้านเยี่ยมพ่อแม่</u>

<u>ขึ้นภูเขาชมวิว</u>

（4）连动式可以充当的句子成分

① 主语

<u>นั่งปอกผลไม้</u>เป็นงานชิ้นเดียวที่ป้ายังทำไหว

<u>ทำดีได้ดีมี</u>ที่ไหน

② 谓语

คุณพ่อลุกขึ้นรับโทรศัพท์

เขาเปิดประตูเดินออกไป

③ 定语

ท่านเป็นแขกที่รับเชิญมาร่วมงานนี้

ติ๋วซึ่งแต่งงานมีลูก ๓ คนแล้วก็ยังดูสาวและสวย

④ 状语

เขานอนคิดโดยเอามือก่ายหน้าผาก

เธอยิ้มต้อนรับโดยยันกายลุกขึ้นนั่ง

⑤ 宾语

แม่ไม่ชอบออกไปเดินเล่นนอกบ้าน

ห้ามเดินขบวนคัดค้านรัฐบาล

4.5.3 连锁式(หน่วยเชื่อมโยง)

前后两个谓词性成分靠关联词连接在一起，中间没有语气停顿，表示行为或状态在时间上、逻辑上的关系或者程度上的变化，这样的结构叫连锁式。连锁式中关联词所连接的前后两个谓词性成分不一定是同类的。例如：

ลมยิ่งพัดยิ่งแรง	（动　形）
พูดแล้วก็รู้	（动　动）
มืดแล้วค่อยไป	（形　动）

连锁式各个组成成分次序不能变换，中间没有停顿。中间有语气停顿的是复合句。例如：

ยิ่งพูดยิ่งงง	（连锁式）
เธอยิ่งพูด ฉันยิ่งงง	（复合句）

连锁式可以充当的句子成分：

（1）谓语（多数连锁式充当句子的谓语）

ตาเฒ่า<u>ยิ่งเดินยิ่งเร็ว</u>

ผม<u>ถามแล้วก็จะรู้เอง</u>

（2）主语

<u>มืดแล้วค่อยไป</u>ไม่ได้หรือ

<u>ยิ่งอ้วนยิ่งขี้เกียจ</u>ไม่ดีหรอก

（3）独立成句

<u>เห็นแล้วน่ากลัว</u>

<u>บอกแล้วก็รู้</u>

<u>ยิ่งกินยิ่งอร่อย</u>

连锁式与连动式、联合结构的区别：

连动式中各个成分必须是动词或动词性成分，中间不用关联词语连接；连锁式中前后两个成分之间必须有关联词连接，并且可以是性质不同的谓词性成分。

联合结构各并列成分性质相同，位置可以颠倒，连锁式两个成分性质可以不同，位置不能颠倒。

มืดแล้วค่อยไป　　*ค่อยไปมืดแล้ว
ลมยิ่งพัดยิ่งแรง　　*ลมยิ่งแรงยิ่งพัด

4.6 泰语的语序（ระเบียบคำในภาษาไทย）

在了解了泰语的五种基本句法结构以后，我们再来从语义和语用的角度看一下泰语语序的特征，这对于中国人学习泰语尤其必要。

泰语的基本语序与汉语一样：

主语—谓语动词—宾语　　งูกัดหมา[①]　蛇咬狗

主语—谓语　　อากาศร้อน　天气热

但是泰语句子成分的位置也有相当大的灵活性。在符合语法规则的情况下，泰语句子的语序变化对语义和语用有什么影响呢？

（1）有些句子的主宾语位置互换，语义基本不变。例如：

เสื้อเปื้อนโคลน	โคลนเปื้อนเสื้อ
เครื่องแบบของฉันต่างกับของน้อง	เครื่องแบบของน้องต่างกับของฉัน
สาธิตแต่งงานกับวลี	วลีแต่งงานกับสาธิต
เขาเหมือนน้อง	น้องเหมือนเขา
จรีพบรวย	รวยพบจรี
รถแท็กซี่ชนรถเมล์	รถเมล์ชนรถแท็กซี่

但从语用的角度考虑，谓语动词前面充当主语的那个词语所代表的事物应是说话者关注的侧重点。主宾语位置互换后，侧重点已经发生了变化。

（2）已知事物往往放在未知事物之前。例如：

ก. กรจะสอบเมื่อไร

ข. พรุ่งนี้กรจะสอบ

ข.句的回答显然不合理（虽然在语法上毫无问题）。这个句子应该改成：

ค. กรจะสอบพรุ่งนี้，因为 กรจะสอบ 是已知的，而 พรุ่งนี้ 是未知的或后知的。同样：

ง. เธอเจอสมศรีที่ไหน

จ. บนรถเมล์ฉันเจอสมศรี

---

① 本节例句大多引自[泰]娜瓦婉・潘图梅塔，《泰语语法》，曼谷：朱拉隆功大学文学院，2015 年，第 251—252 页。

第四章 句法结构 175

จ.句的回答也是不被认可的。因为 สมศรี 是已知的，บนรถเมล์ 是未知的或后知的。这个句子应该改成：ฉ. ฉันเจอสมศรีบนรถเมล์。

（3）在普通陈述句的谓语部分新出现的、被强调的事物或状态一般放在句末。例如：

ฉันให้ผ้ายายต๋อยชิ้นสีม่วง	强调 ชิ้นสีม่วง
ฉันให้ผ้าชิ้นสีม่วงยายต๋อย	强调 ยายต๋อย
ฉันไม่อยากส่งของพวกนี้ไปให้พี่ชายฉันเลย	强调 พี่ชายฉัน
ฉันไม่อยากส่งไปให้พี่ชายฉันเลยของพวกนี้	强调 ของพวกนี้
คุณพ่อเดินช้า ๆ ไปที่รถ	强调 ไปที่รถ
คุณพ่อเดิน ไปที่รถช้า ๆ	强调 ช้า ๆ

（4）倒装句中被前置的是强调部分。例如：

ไม่จริงเลย ที่คุณพูดน่ะ

อร่อยมาก อาหารพวกนี้

อีกครั้งหนึ่งที่เขามองไปยังสถานีรถไฟ

前面在主从结构部分我们曾经谈到诸定语和诸状语在同一句法结构中的语序问题。那里所讲的基本规则与本节所谈的不同句法成分在句法结构中的语序是两个不同的问题。

思考与练习

指出下列句子由何种句法结构组成：

1. เขานั่งเรือล่องแม่น้ำโขงไปประเทศไทย

2. ผมนั่งรถยนต์ ลงเรือ ขึ้นรถไฟไปกรุงเทพฯ

3. พบกันสองทุ่มที่หน้าประตู

第五章 句子和句子分析
(ประโยคและการวิเคราะห์ประโยค)

5.1 句子 (ประโยค)

　　句子是由词构成、前后都有停顿并且带有完整的句调来表示相对完整的意义的语音形式①。例如：
พุทโธ่
แม่
ไป
หิวน้ำ
ฝนตกแล้ว
คุณน้าใส่บาตรพระทุกวัน
คุณสมานสั่งลูกน้องไปรับเอกสาร
ลุงหาบผลไม้ขายตามถนน
เธอยิ่งพูดยิ่งโมโห
คุณจะไปกับผมหรือว่าจะอยู่ที่นี่
เราควรให้ความสำคัญแก่เด็กซึ่งกำอนาคตของชาติไว้
ด้วยเหตุที่คุณแม่สะอึ้งไม่ยอมพักผ่อนตามที่บุตรขอร้องและยังคงดูแลกิจการ

---

① 朱德熙,《语法讲义》, 北京: 商务印书馆, 1982 年, 第 21 页。

ต่าง ๆ ด้วยตนเองเสมอ ประกอบกับมีโรคเบาหวานเป็นโรคประจำตัว จึงทำให้ร่างกายไม่แข็งแรงเท่าที่ควรและถึงแก่กรรมอย่างกระทันหันด้วยโรคหัวใจวายเมื่อวันที่ ๓๐ สิงหาคม พ.ศ. ๒๕๒๕[①]

5.2 怎样分析句子（การวิเคราะห์ประโยค）

先说什么是分析句子和为什么要分析句子。

分析句子包括两方面的内容：一是分析句子的表达功能，把句子分析为陈述句、询问句、祈使句、感叹句、诘问句等，或叙述句、描写句、解释句等，一般称之为句类；二是对句子的内部结构进行分析，即句子的语义结构和语法结构。我们这里说的句子分析，主要是分析句子的句法结构。

无论从理论上还是实践上，句子分析都是必要的。首先，通过对句子的分析可以透视泰语的句子构造规则，归纳出泰语的基本句型；其次是有助于提高泰语阅读和写作能力。

分析句子可以有多种方法。传统泰语语法体系采用句子成分分析法，即把构成句子的成分分为若干种，然后按照这些成分搭配的情况说明句子的格局。另一种主要方法是直接成分分析法（Immediate Constituents，简称 IC），即按照构成句子的语素组合层次，先一分为二，然后逐层分下去，直到全部都是单个语素为止。（结构助词、连词、叹词、语气词都不充当句子成分，不必纳入分析范围。）

我们采用的就是后面这种句子分析方法。例如：

---

① 末句例句摘自[泰]娜瓦婉・潘图梅塔，《泰语语法》，曼谷：朱拉隆功大学文学院，2015 年，第 343 页。

ชาวบ้านแถวนี้ ส่วนมากอ่านหนังสือไม่ออก
　　　主　　　　　　　谓
　　中 定　主　　　谓
　　　　　　　　中　　状
　　　　　　　述　宾　状 中

5.3 句子的结构分类（ชนิดของประโยค）

按照泰语句子的内部结构，我们把泰语句子分为四类：

简单句(ประโยคสามัญ)、复合句(ประโยคผสม)、包孕句(ประโยคซับซ้อน)、混合句(ประโยคระคน)。

5.4 简单句（ประโยคสามัญ）

只有一个主要句子成分或只包含一个简单的主谓结构的句子叫简单句。泰语的简单句有以下几类：

5.4.1 单部句（ประโยคส่วนเดียว）

主体只有一个主要句子成分的句子。缺少主语或谓语的句子都是单部句。

又可分为：

（1）独词句（ประโยคคำเดียว）：由一个词组成的句子叫独词句。独词句组成部分虽然只有一个词，但由于具有完整的句调，在一定语言环境下能表达完整的意思，所以能够独立成句。例如：

ช้าง

ใคร

ง่วง

ไป

名词、代词、动词、形容词等实词一般都可以构成独词句。叹词总是独立构成句子，也是独词句。例如：

พุทโธ

แหม

อนิจจา

ไชโย

（2）无主句(ประโยคหน่วยแสดง)

没有主语部分，只有谓语部分的句子叫无主句。无主句又有两种情况：

① 存现句

เกิดไฟไหม้ที่ถนนสุรวงศ์

มีโรคระบาดเกิดขึ้นที่จังหวัดน่าน

ไม่ปรากฏความเสียหายหลังจากเหตุการณ์เงียบลง

形成这类存现句的动词很有限，就是 เกิด มี ปรากฏ。

② 主语省略：主要出现在对话片断中，主语可以承前省略。所谓省略，指的是主语可以根据上下文明确补出来的情况。

(หนูกำลังทำอะไรอยู่)   เล่นคอมพิวเตอร์อยู่ค่ะ

(ตักเตือน)   ระวังหกล้มนะ

(ถามผู้อื่น)   มาถึงเมื่อไร

(ชม)   สวยจริง ๆ

主语省略的句子在对话中大量存在。

（3）名词句（ประโยคคำนาม）

体词性成分单独成句。单独成句的体词性成分可以是名词、名词性词组、数量词词组或体词性代词。这类句子只出现在问答句的答句或者已有共知前提的语境中。本身跟特定语境结合才能表达完整的意思。例如：

(อันไหนดี) อันนี้
(ใครบอก) คุณหยก
(เด็กคนนี้ฉลาดมาก) เด็กคนไหน
(เขาว่าการแข่งขันฟุตบอลจะจัดที่สนามกีฬาแห่งชาติ) ที่นั่นหรือ
(ฉันชอบดูหนังฝรั่ง) คุณล่ะ

名词句与前面讲到的独词句不同：

① 独词句的组成成分可以是名词、体词性代词，也可以是动词、形容词。名词句的组成成分只能是名词、名词性词组、数量词词组或体词性代词。

② 独词句不需要依靠上下文语境，本身就可以表达完整的意思；名词句则必须依靠上下文语境才能表达完整意思。

③ 独词句由单个词构成；名词句组成成分可以是词，也可以是词组。

5.4.2 双部句（ประโยคสองส่วน）

由一个主谓结构组成的句子叫双部句。双部句的主语和谓语可以是多种形式，除了在第四章"主谓结构"一节讲到的以外，联合结构、连谓结构甚至介词词组也都可以在双部句中充当主语或谓语。

5.4.3 简单句的分析

（1）单部句中的独词句只有一个层次，不能也不需要分析其内部结构。

（2）单部句中的无主句，需要进行内部结构分析：

เกิดไฟไหม้　　ที่ถนนสุริวงศ์
　中　　　　　　状
述　宾　　　介　宾
　　　　　　　　中　定

ไม่ปรากฏความเสียหาย หลังจากเหตุการณ์เงียบลง
　　　中　　　　　　　　　状
　述　　宾　　　介　　　宾
状　中　　　　　　　主　　谓
　　　　　　　　　　　　中 状

ไม่มีคนเคาะประตูหรอก
　兼　　语

兼语式结构不必再往下分，因为它的形式是固定的，"动+宾（主）+动……"

นั่งคุยกันสนุกเชียว
连　　　动
　中　　状
中 状　中 状

ระวังหกล้มนะ
述　宾

（3）双部句的分析

เชียงใหม่กับเชียงรายเป็นจังหวัดภาคเหนือของไทย
　　　　主　　　　　　　　　　谓
　联　　合　　述　　　　宾
　　　　　　　　　　中　　　定
　　　　　　　　　　中 定　介 宾

ป้าป้อนข้าวหลาน
主　谓
　述　宾
　　述 宾

双宾语句在分析时需要把“动词+直接宾语”与间接宾语分开，再分析“动词+直接宾语”的内部结构关系。

ฉันให้ผ้ายายต้อยชิ้นสีม่วง

主　谓

述　宾

述　宾

中　定

双宾语句的直接宾语带修饰成分，而这一修饰成分又位于间接宾语之后，与直接宾语不连接，构成不连续直接成分，中间需要用虚线连接。

ลุงหาบผลไม้ขายตามถนน

主　谓

连　动

述　宾　中　状

介　宾

เธอยิ่งพูดยิ่งโมโห

主　谓

连　锁

连锁式中的连词不充当句子成分，因此也不必分析。

ฉันชอบเด็กที่ใส่เสื้อสีชมพู

主　谓

述　宾　向宾

中　定

述　宾

中　定

中　定

ทุกวันนี้แม่อยู่เพื่อลูก

主　谓

中　定　主　谓

中　状

介　宾

อีกครั้งหนึ่งที่ปุนจามองออกไปยังสถานีรถไฟ

这是一个宾语前置的句子，分析这类句子首先要把句式还原：

ปุนจามองออกไปยังสถานีรถไฟอีกครั้งหนึ่ง

主　谓

述　宾

中　状

中　状　介　宾

5.5 复合句（ประโยคผสม）

5.5.1 什么是复合句

几个句子形式[①]合在一起组成一个句子，中间大多有连词连接，各个句子形式在意义上互相关联，共享一个完整的句调。这样的句子就叫复合句。

组成复合句的句子形式叫分句，分句可以是双部句，也可以是单部句。例如：

ถ้าหนูไม่ป่วย หนูอยากไปกับพี่

① “分句是比词组高一个层次的东西，可是又不同于句子。我们不妨说它是抽象化的句子，即去掉了作为一个独立的句子时前后的停顿和句调以后剩余下来的东西。……按照这个定义，管它叫句子形式可能比叫分句更合适。”（朱德熙，《语法讲义》，北京：商务印书馆，1982 年，第 216 页。）

ฉันคิดจะไปเที่ยว แต่ไม่รู้ไปไหนดี
ลางานแล้ว จึงจะกลับบ้านได้
เมื่อคุณเห็นสมควร ผมก็จะไปจัดการ
ถูกแล้ว เธอไม่ควรเชื่อเขา

5.5.2 组成复合句的各个分句之间的关系大致有下列几种：

（1）并列（เชื่อมความรวม）

并列复合句有的用表示并列的连词连接，有的没有连词连接：

อากาศดี เมืองก็สวย

ทั้งฝนก็ตก ทั้งแดดก็ออก

ฉันเขียนหวัด เขาเขียนบรรจง

（2）选择（เชื่อมความที่เลือกเอา）

选择复合句的各分句之间大多用表示选择的连词连接：

เธอจะไปกับฉันหรือว่าจะอยู่ที่นี่

คุณต้องช่วยตัวเอง มิฉะนั้นคุณจะไปไม่รอด

只有一种情况可以不用连词：

ฉันกินน้ำชา ไม่กินกาแฟ

ผมจะไปที่ทำงาน ไม่ไปสนามกอล์ฟ

（3）递进（เชื่อมความที่ลึกซึ้งขึ้นตามลำดับ）

递进复合句的各分句之间总是有表示递进关系的连词来连接：

ผมอยากให้ลูกเรียนภาษาต่างประเทศ โดยเฉพาะเรียนภาษาอังกฤษและภาษาจีน

เขาไม่เพียงแต่เป็นคนสุจริตเท่านั้น หากยังเป็นคนมีน้ำใจต่อเพื่อนมนุษย์อีกด้วย

（4）连贯（เชื่อมความคล้อยตาม）

连贯复合句的分句之间总是有表示连贯或连锁的连词连接：

ครั้นถึงบ้าน ฉันก็เข้าไปอาบน้ำทันที

พอฝนหาย เราก็รีบเดินทางต่อ
เมื่อเห็นทุกคนเงียบ เจ้าสุนัขก็เห่าเสียงลั่นขึ้นมา
ฉันจะไปซื้อของ แล้วจะไปทำผม แล้วก็จะกลับบ้าน
เธอยิ่งปฏิเสธ เขาก็ยิ่งไม่ยอมปล่อย

注：用 ยิ่ง...ยิ่ง...连接的复合句与连锁式的句法结构不同。连锁式句法结构的句法成分之间没有语气停顿，连贯复合句的分句之间有语气停顿。

（5）分述（เชื่อมความต่างตอน）

分述复合句的分句之间要用表示分述的连词或数词连接：

น้องไปโรงเรียนทุกวัน ส่วนพี่นั้นต้องช่วยพ่อเฝ้าร้าน
เราได้เปรียบกว่าหลายอย่าง หนึ่ง ฝีมือเราดี สอง เราชินกับสถานที่แข่ง สาม ผู้ชมเชียร์ทีมเรา

（6）因果（เชื่อมความที่เป็นเหตุผลแก่กัน）

因果复合句大多用表示因果关系的连词连接小句，个别情况下不用连词也能表示分句间的因果关系：

เพราะแกไม่ขยันเรียน จึงต้องสอบตก
เธอป้องตะเกียงไว้ ดังนั้นตะเกียงจึงคงลุกอยู่
คุณแม่ไม่สบาย ฉันจึงต้องลางาน
ทีมเราต้องชนะแน่ ประการหนึ่ง ฝีมือเราดี อีกประการหนึ่ง ผู้ชมเชียร์ทีมเรา

ทีมเราต้องชนะแน่ 是判断结果，ประการหนึ่ง......อีกประการหนึ่ง......是叙述原因，中间没有连词， ประการหนึ่ง......อีกประการหนึ่ง......又是一个分述组合。这是一个多重复合句，下面还会讲到。

（7）转折（เชื่อมความแย้งกัน）

转折复合句各分句之间用表示转折的连词连接：

ทุกคนสงสารเขามาก แต่ช่วยอะไรเขาไม่ได้
แม้ว่าฉันจะยากจนเพียงไร ฉันก็ยังบริสุทธิ์ใจ

หน้าร้อนเมืองไทยร้อนมาก เว้นแต่บางปีฝนชุก

注：泰语语法著作一般将 เว้นแต่ แม้ว่า 等表示让步的连词都归在转折一类中。

（8）假设（เชื่อมความสมมุติขึ้น）

假设复合句各分句之间用表示假设的连词连接：

ถ้ามติไม่ผ่าน เราควรจะทำยังไง

สมมุติว่าฉันมีปีก ฉันอยากจะบินไปสู่พระจันทร์

เผื่อว่าเกิดรถเสียระหว่างทาง คุณไม่แย่เชียวหรือ

（9）条件（เชื่อมความบอกเงื่อนไข）

条件复合句各分句之间大多用表示条件的连词连接，有时候可以不用连词：

มีแต่ยอมผิดเท่านั้น ท่านถึงจะยกโทษให้

ไม่ว่านักโทษพวกนี้จะหนีไปไหน ก็ต้องถูกตำรวจจับได้แน่

มีแดด ต้นไม้ดอกไม้ขึ้นงามไปทั่ว

เขาไม่มา เราก็ไม่ต้องไป

（10）目的（เชื่อมความบอกจุดประสงค์）

目的复合句各分句之间用表示目的的连词连接：

เราต้องรีบโทร.ไปนัดเขาเดี๋ยวนี้ จะได้ไม่พลาดโอกาสเสีย

นุชอ่านหนังสือทุกคืนจนดึก เพื่อว่าจะสอบเข้ามหาวิทยาลัยได้

คุณน่าจะไปประกาศเรื่องนี้เสีย เพื่อให้ทุกคนเข้าใจถูกต้อง

（11）追叙（เชื่อมความอธิบาย）

追叙复合句不需要连词连接，前一个分句一般是表示肯定或否定的无主句，后一个分句对前面分句所表示的结果或态度做进一步说明：

ไม่ได้ ผมไม่เห็นด้วย

เปล่า ผมไม่ได้หมายความว่าอย่างนั้น

ดี จะทำอย่างนี้แหละ

ถูกแล้ว เราต้องหาทางช่วยเขา

从以上几种复合句的例句可以看出，复合句内部各个分句之间语义上的关系是多种多样的，以上所举仅仅是比较常见的一些例子。

5.5.3 多重复合句（ประโยคผสมหลายตอน）

一个句子内部包含两个或两个以上的复合句，叫作多重复合句。例如：

เขาไม่เล่นงานเรา เราก็ไม่เล่นงานเขา ถ้าเขาเล่นงานเรา เราก็เล่นงานเขา

这个句子的前面两个分句之间是假设复合，后两个分句之间也是假设复合；第一个假设复合句与第二个假设复合句之间是并列复合，也就是说这个句子是由两个假设复合句构成的并列复合句。

ทีมเราต้องชนะแน่ ประการหนึ่ง ฝีมือเราดี อีกประการหนึ่ง ผู้ชมเชียร์ทีมเรา

ทีมเราต้องชนะแน่ 与后面的小句之间是因果复合，后面的小句又是一个并列复合句。

5.5.4 省略复合（ประโยคผสมละ）

复合句中的一个分句在特定的会话环境中被省略，但听话人仍然能够推导出其含义：

ก. วันนี้ คุณประสิทธิ์ต้องมาแน่

ข. ถ้าเขาไม่มาล่ะ(จะทำยังไง)

ข. 所要说的一句话实际上是以假设连词连接的复合句，只是其中的后一小句 จะทำยังไง 在可以意会的情况下省略了。同样：

ก. ป่านนี้แล้ว คุณประสิทธิ์ยังไม่เห็นมาเลย

ข. เพราะรถติดมั้ง(คุณประสิทธิ์จึงมาสาย)

คุณประสิทธิ์จึงมาสาย 应看作省略复合句中的省略部分。

5.5.5 复合句的分析

复合句的分析方法与简单句一样,只不过层次多了一步。即首先把复合句分成简单句,也就是小句,说明小句间的关系,然后再对各小句进行层次分析。至于连接各小句的连词,仍然只表达小句之间的语法关系,不需要作为句子成分分析。下面我们将分析一些在句法结构和句子类型方面有代表性的例句:

คุณยายชอบทานข้าวต้ม　คุณตาชอบทานก๋วยเตี๋ยว
　　　　并　　　　　　　　　列
　主　　谓　　　　　　　主　　谓
　　　述　宾　　　　　　　　述　宾
　　　述　宾　　　　　　　　述　宾

ผมต้องรับจ้างส่งหนังสือพิมพ์ทุกเช้า　มิฉะนั้นผมต้องอดอยาก
　　　　　选　　　　　　　　　　　　　　择
　主　　　　　谓　　　　　　　　主　　　　谓
　　　　　中　　　　状　　　　　　状　　中
　状　　　中
　　　连　　动
　　　　述　宾

เขาไม่เพียงแต่รู้หลายภาษาเท่านั้น　หากยังเป็นนักธุรกิจชั้นหนึ่งด้วย
　　　　　　递　　　　　　　　　　　　　　　进
　主　　　谓　　　　　　　　　　　　述　　　宾
　　　述　宾　　　　　　　　　　　　　中　　定

พอฝนหาย　เราก็รีบออกจากบ้านไป
　　连　　　　　贯
　　主　谓　主　　谓
　　　　　　　状　　中
　　　　　　　　中　　状
　　　　　　　中　　状
　　　　　　　　介　宾

第五章 句子和句子分析 189

ผมหนีรอดมาได้ ส่วนผู้กองนั้นถูกจับตัวไป

分 述

主 谓 主 谓

中 状 中 定 状 中

连 动 中 状

中 状

เพราะปล้นห้างทองเยาวราช โจรสองคนจึงถูกตำรวจจับขังคุก

因 果

述 宾 主 谓

中 定 中 定 状 中

介 宾 连 动

述宾

แม้ฝนฟ้าไม่อำนวย ชาวนาก็ยังปลูกข้าวได้ตามฤดูกาล

转 折

主 谓 主 谓

状 中 中 状

状 中 介 宾

中 状

述 宾

ถ้าแม่ผ่าตัดแล้วไม่หาย ลูกจะไปพึ่งใคร

假 设

主 谓 主 谓

连 锁 状 中

连 动

述 宾

นิดรีบเดินเข้ามารายงานพรรคพวก เพื่อให้ทุกคนเตรียมตัวพร้อม

目 的

主 谓 主 谓

连 动 中 状

状 中 述 宾

连 动

```
ขอเพียงใจเที่ยงธรรม    ทุกอย่างก็จัดการง่าย
_____条_____        _____件_____
  主       谓           主       谓
                                中  状

เพื่อนยิ่งห้าม เขาก็ยิ่งสงสัย
____连____  ____贯____
  主   谓    主   谓

ดีทีเดียว โครงการนี้มีคนสนใจมากมาย
____追____  _____叙_____
 中   状     主         谓
            中   定    中    状
                  兼    语
```

5.5.6 复合句与中状结构的区分

从复合句和中状结构的定义，我们可以看出来它们是截然不同的两个概念。但是，由于泰语中某些关联词（介词、连词、结构助词）既可以出现在中状结构中，也可以出现在复合句、包孕句中，有时不易辨清（有的词本身还是兼类词）。如何区分这些句法结构和句子的类型是泰语句法分析的难点之一。下面我们先看复合句和中状结构。至于包孕句与复合句、中状结构的区分，本节也会部分涉及，将主要在下一节进行讨论。

以 เพราะ 为例：

เพราะ 既可以是介词也可以是连词。如果能够确定 เพราะ 在句子里是介词，那么它所引导的介宾词组在句子里一定是充当状语。如果 เพราะ 是连词，那么它所连接的两个成分一定是两个分句，这两个分句就组合成为一个复合句。例如：

งานนี้สำเร็จเพราะพี่

เพราะ 引导名词 พี่ 组成介词词组充当 สำเร็จ 的状语。

第五章 句子和句子分析

งานนี้สำเร็จเพราะความอุดหนุนของพี่

เพราะความอุดหนุนของพี่ 同样是介词词组做状语。

งานนี้สำเร็จเพราะพี่อุดหนุน

พี่อุดหนุน 是一个主谓词组，เพราะ 在句中只起连接前后两个分句的作用，这个句子是复合句。

เพราะพี่ งานนี้จึงสำเร็จ

เพราะพี่ 是介词词组前置（见 3.10.3），仍然做状语。

เพราะการอุดหนุนของพี่ งานนี้จึงสำเร็จ

เพราะการอุดหนุนของพี่ 同样是介词词组做状语。

เพราะพี่อุดหนุน งานนี้จึงสำเร็จ

พี่อุดหนุน 是一个主谓词组，เพราะ 在句中起连接前后两个分句的作用，这个句子是复合句。

以下我们再用图示解析另一组例子：

แม่ทำอาหารเก่ง
主　　谓
　　中　　状
　　述　宾

แม่ต้องทำอาหารให้เก่งนะ
主　　　谓
　　中　　　状
　　状　中
　　　述　宾

แม่ทำอาหารให้น้อง
主　　谓
　　中　　状
　　述　宾　介　宾

แม่ทำอาหารให้น้องกิน
主　　谓
　　连　　动
　　述　宾　兼　语

แม่ทำอาหารเพื่อให้น้องกิน
　　目　　　的
主　谓　　主　谓
　述　宾

5.6 包孕句（ประโยคซับซ้อน）

5.6.1 什么是包孕句

一个句子包含两个以上的句子形式，用句子形式充当主句的某个成分，就叫作包孕句。

我们管充当句子成分的那个句子形式叫小句。小句可以分为主语小句、宾语小句、定语小句、状语小句、谓语小句。

以下根据小句的类型介绍和分析各类包孕句。

5.6.2 带主语小句的包孕句及其句法分析

เขาทำอย่างนี้ ไม่ถูก

小句 เขาทำอย่างนี้ 做包孕句主语，ไม่ถูก 做谓语，小句没有关联词。图示分析：

เขาทำอย่างนี้ ไม่ถูก
　　　主　　　　谓
主　谓　状 中
　　中　状

อันเหี้ยเข้าบ้านเป็นลางร้าย

小句 เหี้ยเข้าบ้าน 由结构助词 อัน 引导充当包孕句的主语，เป็นลางร้าย 做谓语。图示分析：

อันเหี้ยเข้าบ้านเป็นลางร้าย
　　　主　　　　　谓
　主　谓　述　宾
　　　述　宾　中 定

ที่ว่าคนรวยรวยขึ้นเพราะวาสนานั้น ไม่จริงเสมอไป

小句 คนรวยรวยขึ้น 由表启承的连词 ที่ว่า......นั้น 引导做包孕句主语，ไม่จริงเสมอไป 做谓语。图示分析：

ที่ว่าคนรวยรวยขึ้นเพราะวาสนานั้น ไม่จริงเสมอไป
```
_____主_____  ____谓____
   _主_____谓_____        _中__ _状_
    中    状              状 中 中 状
     中  状 介  宾
```

5.6.3 带宾语小句的包孕句及其句法分析

ผมกลัวพ่อจะดุเอา

小句 พ่อจะดุเอา 充当包孕句中动词 กลัว 的宾语。图示分析：

ผมกลัวพ่อจะดุเอา
```
主___谓_____
   述  宾
    主 谓
    状  中
     中 状
```

ดิฉันรู้สึกปักกิ่งหนาวมาก

小句 ปักกิ่งหนาวมาก 充当包孕句中动词 รู้สึก 的宾语。图示分析：

ดิฉันรู้สึกปักกิ่งหนาวมาก
```
 主___谓_____
    述___宾___
       主 谓
        中 状
```

下面我们再看两个由结构助词引导的小句在包孕句中充当宾语的例子：

ผมไม่ชอบที่คุณพูดเช่นนี้
主＿＿＿＿ 谓＿＿＿＿＿
　　　　述＿＿ 宾＿＿＿
　　　　　　主＿ 谓＿＿
　　　　　　　　中 状

นุชไม่เข้าใจที่แม่บอกไว้
主＿＿ 谓＿＿＿＿＿＿
　　　述＿＿ 宾＿＿＿
　　　　　状 中 主＿ 谓
　　　　　　　　　中 状

两句中的 ที่คุณพูดเช่นนี้ ที่แม่บอกไว้ 是结构助词词组。由 ที่ 引导的结构助词词组可以充当主语、宾语、定语。

5.6.4 带定语小句的包孕句及其句法分析

ผู้หญิงที่คุณพามา ใคร

由结构助词 ที่ 引导的小句 คุณพามา 充当名词 ผู้หญิง 的定语。ผู้หญิง 是包孕句中的主语，ใคร 是谓语。图示分析：

ผู้หญิงที่คุณพามา ใคร?
＿＿＿ 主＿＿＿＿ 谓＿
　中＿ 定＿＿＿
　　　主 谓＿
　　　　中 状

น้าแดงบอกหลานเรื่องที่น้าแดงจะขายร้าน

由结构助词 ที่ 引导的小句 น้าแดงจะขายร้าน 充当名词宾语 เรื่อง 的定语。น้าแดง 是包孕句中的主语，บอก 是谓语动词，หลาน 是准宾语。图示分析：

第五章 句子和句子分析

น้ำแดงบอกหลานเรื่องที่น้ำแดงจะขายร้าน

```
  主                  谓
        述                 宾
        述 宾  中        定
                  主       谓
                     述  宾
                     状  中
```

น้องคงเคยเห็นเด็กเล็ก ๆ ที่ก้นถูกผ้าอ้อมกัดจนแดงเป็นผื่น

小句 ก้นถูกผ้าอ้อมกัดจนแดงเป็นผื่น 由结构助词 ที่ 引导充当宾语 เด็กเล็ก ๆ 的定语。图示分析：

น้องคงเคยเห็นเด็กเล็ก ๆ ที่ก้นถูกผ้าอ้อมกัดจนแดงเป็นผื่น

```
   主                      谓
        述                     宾
   状   中    中                定
   状 中 中 定  主            谓
                  中      状
                  状 中   中 状
                  介 宾      述 宾
```

เด็กสมัยนี้ซึ่งพ่อแม่ตามใจมากเกินไป มักจะเห็นแก่ตัว

小句 พ่อแม่ตามใจมากเกินไป 由结构助词 ซึ่ง 引导充当宾语 เด็กสมัยนี้ 的定语。图示分析：

เด็กสมัยนี้ซึ่งพ่อแม่ตามใจมากเกินไป มักจะเห็นแก่ตัว

```
              主                   谓
      中              定         状   中
   中   定   主        谓
            联 合  中   状
                      中 状
```

ลูกคนโตซึ่งพ่อแม่ตัดสินใจส่งไปให้อยู่กับย่าที่เชียงใหม่โตเป็นสาวแล้ว

小句 พ่อแม่ตัดสินใจส่งไปให้อยู่กับย่าที่เชียงใหม่ 由结构助词 ซึ่ง 引导充当主语 ลูกคนโต 的定语。图示分析：

```
ลูกคนโตซึ่งพ่อแม่ตัดสินใจส่งไปให้อยู่กับย่าที่เชียงใหม่โตเป็นสาวแล้ว
_____主_____  _____谓_____
___中___  _____定_____  ___中___  _状_
中  定   主        谓                              述  宾
    联 合  连         动
          连             动
              状       中
                 中    状
              中 状 介 宾
                 介 宾
```

5.6.5 带状语小句的包孕句及其句法分析

เขาเดินเข้ามาเงียบ ๆ โดยเจ้าของห้องไม่ทันรู้ตัว

小句 เจ้าของห้องไม่ทันรู้ตัว 由结构助词 โดย 引导，充当包孕句谓语 เข้ามาเงียบ ๆ 的状语。图示分析：

```
เขาเดินเข้ามาเงียบ ๆ โดยเจ้าของห้องไม่ทันรู้ตัว
主_____  _____谓_____
     ___中___   _____状_____
 中     状       主       谓
 连     动      中 定 状 中
                   状 中
```

ผมดีใจที่คุณได้แต่งงานกับเขา

小句 คุณได้แต่งงานกับเขา 由结构助词 ที่ 引导，充当包孕句谓语 ดีใจ 的状语。图示分析：

ผมดีใจที่คุณได้แต่งงานกับเขา

主　谓

中　状

主　谓

中　状

状　中　介　宾

เธอปล่อยเสียงร้องห่มร้องไห้อย่างที่เธอเคยทำบ่อย ๆ

小句 เธอเคยทำบ่อย ๆ 由结构助词 ที่ 引导，充当包孕句谓语 ปล่อยเสียงร้องห่มร้องไห้ 的状语。图示分析：

เธอปล่อยเสียงร้องห่มร้องไห้อย่างที่เธอเคยทำบ่อย ๆ

主　谓

中　状

述　宾　主　谓

中　定　状　中

中　状

แม่ยกข้าวปลาอาหารออกมาวางโดยมีน้ำสดกับพ่อนั่งร่วมวง①

小句 มีน้ำสดกับพ่อนั่งร่วมวง 由结构助词 โดย 引导，充当包孕句谓语 ยกข้าวปลาอาหารออกมาวาง 的状语。图示分析：

แม่ยกข้าวปลาอาหารออกมาวางโดยมีน้ำสดกับพ่อนั่งร่วมวง

主　谓

中　状

连　动　兼　语

中　状

述　宾

5.6.6 带谓语小句的包孕句及其分析

อาคารหลังนี้ บริษัทเยอรมันสร้าง

---

① 例句引自 นววรรณ พันธุเมธา ไวยากรณ์ไทย，第 158 页。

小句 บริษัทเยอรมันสร้าง 充当谓语，主语是 อาคารหลังนี้。图示分析：

อาคารหลังนี้ บริษัทเยอรมันสร้าง
```
    主            谓
 中   定      主       谓
       中 定 中 定
```

งานกีฬาโอลิมปิค ๒๐๐๘ จีนได้รับมอบหมายให้จัดขึ้นที่ปักกิ่ง

小句 จีนได้รับมอบหมายให้จัดขึ้นที่ปักกิ่ง 充当谓语，主语是 งานกีฬาโอลิมปิค ๒๐๐๘。图示分析：

งานกีฬาโอลิมปิค ๒๐๐๘ จีนได้รับมอบหมายให้จัดขึ้นที่ปักกิ่ง
```
         主                    谓
    中          定    主              谓
                              中          状
                         述    宾    中    状
                                    中 状 介 宾
```

5.6.7 多重包孕句

包孕句中如果有两个或两个以上的小句充当句子成分，这个句子就叫作多重包孕句。例如：

ทุกสิ่งทุกอย่างที่เราทำไปล้วนแต่เป็นสิ่งที่ประชาชนต้องการ

小句 1 เราทำไป 由结构助词 ที่ 引导，充当主语 ทุกสิ่งทุกอย่าง 的定语；
小句 2 ประชาชนต้องการ 由结构助词 ที่ 引导，充当宾语 สิ่ง 的定语。

图示分析：

ทุกสิ่งทุกอย่างที่เราทำไปล้วนแต่เป็นสิ่งที่ประชาชนต้องการ
```
         主                         谓
       中      定     状              中
    联   合   主   谓       述         宾
   定 中 定 中   中 状             中       定
                                      主    谓
```

第五章　句子和句子分析

อ้ายหนุ่มซึ่งใคร ๆ ก็ด่าว่าขี้โกงนั้น
กลับได้รับเลื่อนตำแหน่งโดยมีเจ้านายชั้นสูงสั่งการลงมา

小句 1 ใคร ๆ ก็ด่าว่าขี้โกง 由结构助词 ซึ่ง 引导，充当主语 อ้ายหนุ่ม 的定语；

小句 2 มีเจ้านายชั้นสูงสั่งการลงมา 由结构助词 โดย 引导，充当谓语 กลับได้รับเลื่อนตำแหน่ง 的状语。图示分析（全句为主谓结构，因排版需要，主语部分和谓语部分分为上下两行）：

อ้ายหนุ่มซึ่งใครๆก็ด่าว่าขี้โกงนั้น

```
_____主_____
_____中_____  ___定___
__中__   __定__
        __主__  __谓__
              __述__ __宾__
```

กลับได้รับเลื่อนตำแหน่งโดยมีเจ้านายชั้นสูงสั่งการลงมา

```
_____谓_____
_____中_____         __状__
__状__  __中__           __兼__ __语__
        __述__ __宾__
                __述__ __宾__
```

有时包孕句中包含三个或更多的小句，其分析方法以此类推。此处不再举例。

5.7 混合句（ประโยคระคน）

5.7.1 什么是混合句

一个句子中同时包含有复合句和包孕句两种形式，就叫作混合句。

根据混合句结构形式的不同，我们把它分为两类：以复合句为主要形式的混合句和以包孕句为主要形式的混合句。

5.7.2 以复合句为主要形式的混合句

这种混合句在进行句法分析时，第一步划分出来的句法形式只能是复合句。例如：

ถ้าเขาพูดดีกับเรา แต่ไม่ไว้ใจเรา
   假

เราก็ควรพูดดีกับเขาแต่ไม่ควรไว้ใจเขาเช่นเดียวกัน
   设

สามีชอบกินก๋วยเตี๋ยวที่เขาวางขายกันตามริมถนน ภรรยาก็ชอบกินเหมือนกัน
   并   列

但第二步划分时，分句的形式则可能有三种：

（1）一个分句是简单句，另一个分句是包孕句。例如：

สามีชอบกินก๋วยเตี๋ยวที่เขาวางขายกันตามริมถนน ภรรยาก็ชอบกินเหมือนกัน
   并   列
 主   谓   主 谓
 述   宾   中 状
 述   宾   述 宾
  中   定
   主   谓
   中 状
   中 状 介 宾

（2）两个分句都是包孕句。

คนจีนนิยมผ้าแพรที่เมืองหังโจวผลิต แต่คนไทยชอบผ้าไหมไทยที่นครสวรรค์ผลิต
   转   折
 主   谓   主   谓
 述   宾   述   宾
 中   定   中   定
   主 谓   中 定 主 谓

（3）一个分句是复合句，另一个小句是包孕句。

ถ้าเขาพูดดีกับเรา แต่ไม่ไว้ใจเรา
```
_____
            假
_____   _____
   转          折
__  ___    ___  __
主  谓     述   宾
   __ __   __ __
   中 状   状 中
   __ __ __ __
   中 状 介 宾
```

เราก็ต้องขอยกเลิกสัญญาที่ผู้นำทั้งสองฝ่ายได้ลงนามไว้
```
__  _____
              设
__  _____
主              谓
   __  _____
   述           宾
       __  _____
       中          定
           _____  _____
               主        谓
           ____ ___ ___ ___
            中  定  状  中
                    ___ ___
                     中  状
```

5.7.3 包孕句为主要形式的混合句

一个包孕句中的小句由复合句组成，就是以包孕句为主要形式的混合句。

这样的混合句有以下四种类型：

（1）定语小句由复合句构成

สินค้าที่ลูกค้านิยม แต่คนขายไม่ชอบขาย จะผลิตไปทำไม
```
_____  _____
         主              谓
__  _____  ___  ___
中        定          中   状
   _____  _____
    转      折
```

（以下分析略。）

（2）状语小句由复合句构成

คู่กรณี ได้ทำข้อตกลงไว้โดยทั้งสองฝ่ายต่างยอมหยุดยิงชั่วคราวแต่ไม่ยอมถอยทัพ

<u>　主　</u>　<u>　　　　　谓　　　　　</u>
　　　<u>　中　</u>　<u>　　　　状　　　　</u>
　　　　　　<u>　　　转　　　</u>　<u>　折　</u>

（以下分析略。）

（3）宾语小句由复合句构成

ผมเชื่อว่าโลกนี้กลมและเราจะต้องมีโอกาสพบกันอีก

<u>　主　</u>　<u>　　谓　　</u>
　　<u>　述　</u>　<u>　　宾　　</u>
　　　　<u>　并　</u>　<u>　列　</u>

（以下分析略。）

（4）主语小句由复合句构成

คุณโทษเขา และเขาก็โทษคุณ น่ารำคาญมาก

<u>　　　　主　　　　</u>　<u>　谓　</u>
<u>　并　</u>　<u>　列　</u>　<u>　中　</u>　<u>　状　</u>

一般情况下，混合句经过第二步、第三步分析之后，就只剩下简单句或词组的形式了。当然也有个别结构十分繁杂的句子（主要出现在书面语中），有时分析到第四步、第五步，甚至第六步、第七步时还有复合句或小句出现。但不管句子的层次多么复杂，只要按照句子各部分的直接结构关系一层层分析下去，最后整个句子的面貌就能搞得一清二楚。下面仅举一例（以下句子为因果复合句，同样因为版面局限，两个分句列为两行）：

第五章　句子和句子分析

เขาทำการซึ่งเขาเห็นว่าเป็นประโยชน์แก่ชาติอันเป็นที่รักของเขาแต่ไม่เป็นประโยชน์แก่เขา

```
                                 因
主 _____   谓 _____
  述 _____        宾 _____
   中 _____         定 _____
      主 _____           谓 _____
         述 _____              宾 _____
           _____转_____              _____折_____
            中 ____  状 _____         中 ____  状 _____
           述 宾 介  宾               述 宾 介 宾
                    中 ___ 定 ___     状 中
                    述 宾
                     中  定
```

ฉะนั้นเราจึงควรยกย่องเขายิ่งกว่าคนที่ทำการเพราะเห็นแก่ตนด้วยและเห็นแก่ชาติด้วย

```
                        果
   主 _____  谓 _____
   中 _____              状 _____
  状 中 介 _____  宾 _____
       中 状 中 _____     定 _____
       述 宾               中 ____ 状 _____
                              联              合
                             述 宾           述 宾
```

附录1　泰语传统语法

泰语传统语法的代表作是乌巴吉辛拉巴讪20世纪初开始编著的泰语语法教材，最初是以三个单行本《语音文字》《词法》《句法》陆续刊印，之后合集出版了《泰语法则》①。这本书是第一部泰语语法著作，也是泰国学校普遍采用的语法教材。该书核心内容摘要如下：

第一编　语音文字（อักขรวิธี）

第一章　文字的形态

1. 泰语语音有三种组成成分——真音（เสียงแท้）、变音（เสียงแปร）、乐音（เสียงดนตรี）。

2. 此三种语音成分，仿照梵文、巴利文字母制定了相应的文字形式——元音字母（สระ）、辅音字母（พยัญชนะ）和声调（วรรณยุกต์）。

3. 泰语语音的21个字母符号及32个元音符号

---

① อุปกิตศิลปสาร, พระยา　หลักภาษาไทย สำนักพิมพ์ไทยวัฒนาพาณิช ๒๔๗๘

字母符号	符号名称	字母符号	符号名称
ะ	วิสรรชนีย์	เ	ไม้หน้า
ั	ไม้หันอากาศ	ใ	ไม้ม้วน
็	ไม้ไต่คู้	ไ	ไม้มลาย
ๆ	ลากข้าง	โ	ไม้โอ
ฺ	พินทุ์	อ	ตัวออ
'	ฝนทอง	ย	ตัวยอ
ํ	นฤคหิต	ว	ตัววอ
11	ฟันหนู	ฤ	ตัวรึ
		ฤๅ	ตัวรือ
ุ	ตีนเหยียด	ฦ	ตัวลึ
ู	ตีนคู้	ฦๅ	ตัวลือ

元音：-ะ -า -ิ -ี -ึ -ื -ุ -ู เ-ะ แ-ะ โ-ะ โ- เ-าะ -อ เ-อะ เ-อ เ-ียะ เ-ีย เ-อะ เ-อ -ัวะ -ัว ฤ ฤๅ ฦ ฦๅ -ำ ใ- ไ- เ-า

4. 元音的分类

单元音（สระแท้）เช่น -ะ -า เ-ะ เ- โ-ะ โ-

复合元音（สระประสม）เช่น เ-ียะ -ัวะ

特殊元音（สระเกิน）เช่น ฤ ฤๅ ฦ ฦๅ ำ ใ- ไ- เ-า

5. 辅音的 44 个字母及 21 个辅音

辅音字母：　ก ข ฃ ค ฅ ฆ ง

จ ฉ ช ซ ฌ ญ

ฎ ฏ ฐ ฑ ฒ ณ

ด ต ถ ท ธ น

บ ป ผ ฝ พ ฟ ภ ม

ย ร ล ว ศ ษ ส ห ฬ อ ฮ

辅音： ก
ข ฃ ค ฅ ฆ
ง
จ
ฉ ช ฌ
ซ ศ ษ ส
ญ ย
ฎ ด ฑ(บางคำ)
ฏ ต
ฐ ถ ฑ ฒ ท ธ
น ณ
บ
ป
ผ พ ภ
ฝ ฟ
ม
ร
ล ฬ
ว
ห ฮ
อ

6. 辅音字母的分类：

普通辅音 21 个： ก ข ค ง
　　　　　　　 จ ฉ ช
　　　　　　　 ต ถ ท น

ป ผ พ ม

ย ร ล ว ส ห

古辅音 13 个：ฆ ณ ญ ฎ ฐ ฑ ฒ ณ ธ ภ ฬ ศ ษ

后增辅音 10 个：ฃ ฅ ซ ฎ ด บ ฝ ฟ อ ฮ

7. 声调：泰语有 5 个声调，用 4 个声调符号区分。

่ ้ ๊ ๋

8. 开音节与闭音节

开音节（คำเป็น）：辅音与长元音相拼或辅音与长、短元音相拼加尾音 ง น ม ย ว。

闭音节（คำตาย）：辅音与短元音相拼或辅音与长、短元音相拼加尾音 ก ด บ。

9. 依据声调拼合规律的不同将辅音分为三组（ไตรยางศ์）

中辅音：ก จ ฎ ฏ ด ต บ ป อ

高辅音：ข ฃ ฉ ฐ ถ ผ ฝ ศ ษ ส ห

低辅音：ค ฅ ฆ ง ช ซ ฌ ญ ฑ ฒ ณ ท ธ น พ ฟ ภ ม ย ร ล ว ฬ ฮ

10. 低辅音又分为两类

其中 14 个辅音在高辅音组能找到与之相对应的辅音（辅音发音相同，书写和声调不同），因此叫作“对应辅音”（อักษรคู่）。对应辅音共有 7 组，包括全部高辅音字母和相对应的部分低辅音字母：

低辅音（อักษรต่ำ）	高辅音（อักษรสูง）
ค ฅ ฆ	ข ฃ
ช ฌ ฌ	ฉ
ซ	ศ ษ ส
ฑ ฒ ท ธ	ฐ ถ

พ ภ　　　ผ
ฟ　　　　ฝ
ฮ　　　　ห

其余的低辅音,在高辅音中没有相对应的辅音,叫作"非对应辅音"(อักษรเดี่ยว),非对应辅音共有10个:ง ญ ณ น ม ย ร ล ว ฬ。

11. 声调规则表(略)

第二章　文字的拼读规则

1. 什么是音节

เสียงที่เปล่งออกมาครั้งหนึ่ง ๆ นั้นเรียกว่าพยางค์ เช่น นา—นาวา--นาฬิกา

2. 音节的构成

三合（มาตรา กะ กา หรือ แม่ ก กา）——
　　元音+辅音+声调

四合（มาตรา ๒ มาตรา）——
　　元音+辅音+尾音（8种）+声调　　或
　　元音+辅音+声调+不发音字母

五合（มาตรา ๔ ส่วนปรกติ+ตัวการันต์）——
　　元音+辅音+尾音（8种）+声调+不发音字母

3. 辅音

4. 复辅音

5. 元音

6. 尾音

7. 声调

8. 不发音字母（ตัวการันต์）——源自梵文、巴利文借词,为缩短音节,同时又保留原词的形态,将最后一个辅音字母作为尾音或不发音字母。如：

สุ-ขุ อ่านว่า สุก

ธา-ตุ อ่านว่า ธาด

สรร-ค อ่านว่า สรรค์(สัน)

โพ-ธิ อ่านว่า โพธิ์(โพ)

不发音字母有下列几种形式：

末尾一个辅音字母，例如：การันต์ ทิพย์

末尾两个辅音字母，例如：พักตร์ ลักษณ์

末尾一个辅音和一个元音的组合，例如：บริสุทธิ์ ประสิทธิ์

9. 单词的分解读法

ก็   คำพยางค์เดียว

        พยัญชนะต้น ก

        สระเ-าะเปลี่ยนรูปเป็นไม้ไต่คู้

        วรรณยุกต์โทไม่มีรูป

ไวพจน์   คำสองพยางค์

        สระไ-(ไม้มลาย)

        วรรณยุกต์สามัญ

        พยัญชนะต้น พ(พาน)

        สระโ-ะลดรูป

        ตัวสะกด จ

        วรรณยุกต์โทไม่มีรูป

        ตัวการันต์ น

第三章　文字的使用

1. 文字的嬗变（แผลงอักษร）

由来——诗歌、文章的写作中格律或修辞的需要。

（1）高棉文的嬗变规则：ชิ—ชำนิ ดู—คำนู

หัด—บํ(บ็อม)หัด

泰语：เกิด—กำเนิด

จ่าย—จำหน่าย

ตรวจ—ตำรวจ

（2）梵文—巴利文的嬗变规则：ิ—ไ-　ุ—เ-า

泰语：พิจิตร—ไพจิตร

สุวคนธ์—เสาวคนธ์

（3）母语为巴罗克特语（ปรากฤต）的印度人说泰语的偏音：ต—ด ว—พ

泰语：เตโช—เดโช,

วิลาป—พิลาป

嬗变方式

元音的嬗变：以梵文—巴利文借词为多，形式多样。例如：元音 ะ 嬗变为-า ั เ- -ะ

ปัญจ—เบญจ

จะระ—จร

辅音的嬗变：有多种形式。例如：

กะทิ—กระทิ

จะเข้—จระเข้

ขจาย—กระจาย

บวก—ผนวก

附录1 泰语传统语法

บวช—ผนวช

声调的嬗变：把本无声调的梵文—巴利文借词变为有声调的泰语。

例如：

ศาสนา(ศาด-สะนา)读作 ศาด-สะ-หนา

อเนก(อะ-เนก)读作 อะเหนก

เสน่ห์(เสนห)读作 สะ-เหน่

泰文词因诗歌格律的需要改变声调符号。例如：

จึง—จึ่ง

ดัง—ดั่ง

เพียง—เพี้ยง

有时将高辅音换成低辅音，以切合诗歌格律规定的声调符号。例如：

เผ้า—เพ่า

ช่วย—ฉ้วย

2. 梵文—巴利文借词的区分（略）

3. 词的顺替符合（สนธิ）（略，见第一部分）

4. 文字的书写（略）

5. 特殊读音及规则

（1）ฤ——读作 ริ รึ เรอ

ฤ 在词首，读 ริ。例如：ฤทธิ์ ฤษยา(ริษยา)

ฤ 在词首，读 รึ。例如：ฤดี ฤษี

ฤ 读 เรอ。例如：ฤกษ์（仅一词）

在其他词中如何区分读 รึ 还是读 ริ:

与 ก ต ท ป ศ ส 相拼，读 ริ，例如：อังกฤษ ทฤษฎี ปฤศนา ศฤงคาร

与以上六个字母以外的辅音相拼，读 รึ，例如：นฤมล คฤหาสน์ หฤทัย มฤตยู

某些词既可读 รึ 亦可读 ริ，例如：อมฤต มฤจฉา

（2）同形词

与前引或复合辅音形似。例如：เขมา 有两个同形词，一个读 ขะเหมา（意为"黑的"），另一个读 เข-มา（意为"欢娱、平安"）。สมาคม 看似前引，实则应读 สะ-มา-คม。พลี 看似复合辅音，实则应读 พะลี。

尾音与非尾音形似。例如：ชนบท 借自巴利文，原读 ชะนะบะทะ，泰文中应把 น ท 读成尾音：ชน-นะ-บด。

ชนก 借自巴利文，原读 ชะนะกะ，泰文应读：ชะนก

（3）不符合读音规则的词

例词	按规则读	实际读音
ศาสนา	สา-สะ-นา หรือ สาสสะนา	สาด-สนา
ศักราช	ศักกะราชะ หรือ ศักกะราช	ศักกะหราด
สมัย	สะมัย	สะหมัย
ประโยชน์	ประโยด	ประโหยด
ประวัติ	ประวัด	ประหวัด
ศรี	ศะรี	สี
อำมาตย์	อำมาด	อำหมาด

6. 朗读指导（略）

第二编　词法（วจีวิภาค）

第一章　词的性质

第一节　泰语中的词（คำ）

1. "คำ" 的含义

（1）คำ 意为音节。例如：

คำเป็น（开音节），คำตาย（闭音节）

（2）คำ 意为唱词中的一句。例如：

"มาจะกล่าวบทไป ถึงสี่องค์ทรงธรรม์อนาถา" 即为 หนึ่งคำ

（3）"คำ" 意为语法意义上的"词"。例如：

คำนาม คำกริยา คำเชื่อม

2. 古泰语词的形态与汉语一样，基本上都是单音节。例如：

พ่อ แม่ เงิน ทอง ดิน น้ำ ลม ไฟ เป็ด ไก่ ฯลฯ

外来词（以梵文、巴利文为主）多为多音节词。例如：

บิดา มารดา สุวรรณ สุนัข สุกร ฯลฯ

3. 根词（คำมูล）คำเดี่ยวโดด ๆ。例如：

แม่ น้ำ หาง เสือ ฯลฯ

4. 合成词（คำประสม）：คำที่เอาคำมูลมาประสมกันเข้าตั้งเป็นอีกคำหนึ่ง。

例如：

แม่ + น้ำ = แม่น้ำ(ทางน้ำใหญ่)

หาง + เสือ = หางเสือ(เครื่องถือท้ายเรือ)

ใจ + หาย = ใจหาย

ดำ + ดำ = ดำ ๆ

เร็ว + เร็ว = เร็ว ๆ

ดู + แล = ดูแล

ถ้อย + คำ = ถ้อยคำ

ชาว + นา = ชาวนา

ความ + คิด = ความคิด

ที่ + นอน = ที่นอน

ของ + เล่น = ของเล่น

ฯลฯ

第二节　泰语中的梵文、巴利文借词

1. 做前缀（อุปสรรค）

สุ (ดี งาม ง่าย)：สุภาพ สุขาวดี

อธิ(ยิ่ง ใหญ่)：อธิบดี อธิปัญญา

2. 做后缀（ปัจจัย หรือ วิภัตติ）

ปัจจัย：อี(บอกเพศหญิง)：กุมารี นารี

　　　　น ณ(การ ความ)：ศาสน์ มรณ

วิภัตติ：只在佛经文字中出现。

3. 萨玛复合（สมาส）（略，参见本书第二章 2.3 构词法）

第二章　词类

共 14 节。分别讲述了泰语的 7 种词类及每类词所涵括的小类，最后一节讲梵文、巴利文的词类问题。

词类划分的标准是依据词义。计有：名词、代词、动词、修饰词、前置词、连词、叹词。

名词（คำนาม）：表示有形事物或无形事物的名称。

　　名词包括：

　　普通名词（สามานยนาม）บ้าน ใจ นก ลม ฯลฯ

　　专有名词（วิสามานยนาม）กรุงเทพฯ ชวา พม่า ฯลฯ

　　集合名词（สมุหนาม）รัฐบาล

　　量词（ลักษณนาม）ตัว ลำ ต้น โหล ยก ฯลฯ

　　抽象名词（อาการนาม）ความคิด การกระทำ ฯลฯ

代词（สรรพนาม）：代替事物名称的词。

　　代词包括：

　　人称代词（บุรุษสรรพนาม）：ผม เธอ คุณ แก เรา ฯลฯ

关系代词（ประพันธสรรพนาม）：ที่ ผู้ที่ ซึ่ง ผู้ซึ่ง อัน（出现在名词、代词之后）ฯลฯ

区分代词（วิภาคสรรพนาม）：ต่าง บ้าง กัน ฯลฯ

指示代词（นิยมสรรพนาม）：นี่ นั่น โน่น ฯลฯ

不定代词（อนิยมสรรพนาม）：ใคร อะไร ไหน ผู้ใด อื่น ๆ ฯลฯ

疑问代词（ปฤจฉาสรรพนาม）：ใคร อะไร ไหน ผู้ใด ฯลฯ

动词（คำกริยา）：说明名词、代词的动作或状态。

动词包括：

不及物动词（อกรรมกริยา）：不带宾语的动词。

ไป มา นอน：เขาไป เรามา คุณสุเทพนอน ฯลฯ

及物动词（สกรรมกริยา）：带宾语的动词。

เห็น อยาก：เขาเห็นนก ฉันอยากกินข้าว ฯลฯ

系动词（วิกตรรกกริยา）：本身无完整意义，主要意义寄托于表语。เป็น เหมือน คล้าย เท่า

助动词（กริยานุเคราะห์）：表示动词的语气、时态、语态等。ต้อง คง จะ ถูก อย่า กำลัง แล้ว ให้ ซิ นะ เถอะ จง ย่อม น่า ฯลฯ

修饰词（คำวิเศษณ์）：与其他词语搭配，使之发生语义上的变化。

修饰词包括10小类：

性状修饰词（ลักษณวิเศษณ์）：

(น้ำ)จืด　(รถ)ช้า　(ปลา)ทะเล　(คน)จีน　(นั่ง)นิ่ง　(เต้น)เร็ว (ลิงร้อง)เจี๊ยก ฯลฯ

时间修饰词（กาลวิเศษณ์）：

(คน)โบราณ　(หนังสือ)เดี๋ยวนี้　(เวลา)นาน　(นอน)ช้า (ตื่น)เช้า　(ไป)ก่อน ฯลฯ

地点修饰词（สถานวิเศษณ์）：

(บ้าน)ใกล้ (สัตว์)บก (ตึก)เหนือ ฯลฯ

数量修饰词（ประมาณวิเศษณ์）：

(คน)มาก มาก(คน) (คน)หลาย หลาย(คน)

(กิน)มาก (กิน)จุ (เขานอน)กัน(แล้ว)

(คน)ทั้งหมด บรรดา(นักเรียน) (เด็ก)ทุกคน

(กิน)ทั้งหมด (กิน)หมด

บาง(คน) (คน)ต่าง ๆ ต่าง(คน) สิ่งละ(อัน)

(กิน)บ้าง ต่าง(ทำ)

๑(คน) ๒(คน) ...๑๐๐(คน)

(คน)ที่ ๑ (คน)ที่ ๒.... ฯลฯ

指示修饰词（นิยมวิเศษณ์）：

นี้ นั้น โน้น อย่างนี้ อย่างนั้น อย่างโน้น เหล่านี้ เหล่านั้น เหล่าโน้น ฯลฯ

เอง ดอก ทีเดียว แน่นอน แท้ แท้จริง

เฉพาะ(เป็นเงินเฉพาะ) ฯลฯ

不定修饰词（อนิยมวิเศษณ์）：

อื่น อื่น ๆ อย่างอื่น พวกอื่น ใด ใด ๆ อะไร ไหน ทำไม ใย กี่ ไฉน ฉันใด（用于非疑问形式），例如：

เขามาเวลาไหนก็ได้

ใยมาด่าฉันอย่างไม่กลัวเลย

เขาจะมาทำไมก็ตาม

เธอจะใส่ชุดอะไรก็ได้ทั้งนั้น

疑问修饰词（ปฤจฉาวิเศษณ์）：

ใด อะไร ไหน ไย ทำไม กี่ อย่างไร เหตุใด（用于疑问形式）。例如：

นั่นเป็นสัตว์อะไร?

คุณจะไปไหน?

คำนี้อ่านอย่างไร?

จะซื้อกี่กิโลฯ?

应答修饰词（ประติชญาวิเศษณ์）：

ค่ะ ครับ จ๋า เจ้าขา เจ้าข้า ขอรับ ขอรับผม โว้ย

否定修饰词（ประติเษธวิเศษณ์）：

ไม่ มิ บ่ ใช่ (ในความหมายว่าไม่ใช่) หาไม่ มิได้ หามิได้
ไม่...หามิได้ เปล่า

关系修饰词（ประพันธวิเศษณ์）：

ที่ ซึ่ง อัน อย่างที่ เพราะ ด้วย เพื่อให้ ฯลฯ

เพราะ (เด็กเสียคน เพราะผู้ใหญ่สอนไม่ดี)

ด้วย (คนทำบุญ ด้วยคนอื่นชักชวน)

เพื่อให้ (เขาพูดเพื่อให้เราเสีย)

前置词（คำบุพบท）：用于名词、代词或动名词前，说明它们的位置、作用、职责等。

呼语前置词：ดูกร ดูรา ดูก่อน ข้าแต่ 源于巴利语。旧时用于讲说开始，表启承。例如：

ดูกร นักเรียนทั้งหลาย

ข้าแต่ ท่านทั้งหลาย

แน่ะ เฮ้ย 叹词亦可做呼语前置词。

แน่ะ ท่านดูโน่น

เฮ้ย เด็กมานี่

呼语前置词不与其他词语密切关联。

其他前置词（与其他词语密切关联）：

连接宾语：ซึ่ง แก่（源自巴利语）
    คนเราต้องอาศัยซึ่งกันและกัน
    เขาบริโภคซึ่งอาหาร
    ถึงแก่กรรม
    ลุแก่โทษ

表所属：ของ แห่ง
    คำพูดของเขา
    คณะภาษาต่างประเทศแห่งมหาวิทยาลัยปักกิ่ง

说明性质：ด้วย กับ ทั้ง โดย ตาม ฯลฯ
    เห็นกับตา
    กล่าวโดยจริง

แก่ แด่ ต่อ เพื่อ สำหรับ เฉพาะ ฯลฯ
    ให้เงินแก่ลูก
    มีไว้สำหรับชม

表时间：เมื่อ ใน ตั้งแต่ จนกระทั่ง สำหรับ เฉพาะ ฯลฯ
    เมื่อวันที่๑เดือนนี้
    ในกลางคืน
    ตั้งแต่เช้าจนกระทั่งค่ำ
    สำหรับปีหน้า
    เฉพาะปีนี้

表地点：ที่ ใต้ ใน ริม ใกล้ ไกล แต่ จาก ถึง สู่ ยัง จน จนกระทั่ง ฯลฯ
    ของที่ตู้
    ของใต้โต๊ะ
    บ้านอยู่ไกลนา

เขามาจากกวางตุ้ง

เครื่องบินบินไปยังโตเกียว

表数量、范围：ทั้ง ทั้หมด ตลอด พอ เกือบ ประมาณ สัก ราว ฯลฯ

นักเรียนทั้งห้องนี้

นอนหลับตลอดคืน

เก็บไว้พอสามปี

คนเกือบสามร้อย

เดินได้ราว ๕ เมตร

连词（คำสันธาน）：连接词语，使它们在内容上发生关联。

表顺接：ก็ จึง เมื่อ...ก็ พอ...ก็ ฯลฯ

表联合：กับ และ ก็ได้...ก็ได้ ก็ดี...ก็ดี ทั้ง...ก็ ทั้ง...และ ทั้ง...กับ ฯลฯ

表转折：แต่ แต่ว่า แต่ทว่า ถึง...ก็ กว่า...ก็ ฯลฯ

表分述：ฝ่าย ส่วน ฝ่ายว่า ส่วนว่า อนึ่ง อีกประการหนึ่ง ฯลฯ

表因果：จึง ฉะนั้น ฉะนั้นจึง เพราะฉะนั้น เหตุฉะนั้น...จึง ฯลฯ

表选择：หรือ มิฉะนั้น ไม่เช่นนั้น ไม่...ก็ หรือมิฉะนั้น ฯลฯ

表假设：ถ้า ถ้า...ก็ ฯลฯ

使语言优美、流畅：อันว่า อย่างไรก็ดี อย่างไรก็ตาม

叹词（คำอุทาน）：无实际语义，表达说话人的需要或说话人的情感。

情状叹词（อุทานบอกอาการ）：

招呼：เฮ้ย แน่ะ โว้ย แฮ้ นี่แน่ะ

愤怒：ดูดู๋ เหม่ ชิๆ

惊惧、奇怪：เอ๊ะ เอ โอ คุณพระ แหม เออแน่ะ แม่เจ้าโว้ย

怜悯、抚慰：พุทโธ่ อนิจจา

理解、接受：เออ อ้อ หื้อ เออแน่ะ

疼痛：อุ๊ย โอย โอ๊ย

怀疑、探询：หือ หา

禁阻：ไฮ้ ฮ้า

文学修辞用语：อ้า โอ้ อา แล นา แฮ เถิดนา จริงแฮ พ่อเฮย

补缀叹词（อุทานเสริมบท）：

ลืมตาลืมหู

เรือแพ

ลูกเต้า

เสื่อสาด ฯลฯ

梵文—巴利文词类问题（略）

第三章 词的用法

第一节 词的规则（ระเบียบของคำ）

泰语的词有人称（บุรุษ）、性（ลึงค์）、数（พจน์）、格（การก）、语气（มาลา）、时态（กาล）、语态（วาจก）、皇语（ราชาศัพท์）8 种规则。

人称（บุรุษ）：

บุรุษที่หนึ่ง：ผม ข้า พี่ น้อง

บุรุษที่สอง：ท่าน เอ็ง คุณ นายแดง

บุรุษที่สาม：เขา มัน ท่าน นางแดง น้า

性（ลึงค์）：ปุลลึงค์ — ราชา พ่อ ปู่

สตรีลึงค์ — ราชินี แม่ ย่า

อลึงค์ — เทวดา คน สัตว์

นปุงสกลึงค์ — ดิน น้ำ ลม ไฟ

数（พจน์）：เอกพจน์ — คนผู้หนึ่ง สัตว์ตัวเดียว ของสิ่งเดียว

พหูพจน์ — คนทั้งสอง ของทั้งปวง

อพจน์ —คน สัตว์ สิ่งของ

格(การก): หมายถึงนาม สรรพนาม หรือกริยาสภาวมาลาซึ่งทำหน้าที่ต่าง ๆ เช่น เป็นผู้ทำ ผู้ถูกทำ เป็นเจ้าของ บอกอาการ บอกสถานที่ ฯลฯ

主格（กรรตุการก）: เขากินข้าว ตาสีนอน

ศิษย์นี้ครูตี ๓ หนแล้ว

ศิษย์นี้ถูกครูตี

宾格（กรรมการก）: เขากินข้าว

ศิษย์นี้ถูกครูตี

受格（การิตการก）: ครูให้ศิษย์อ่านหนังสือ

ศิษย์ถูกครูให้อ่านหนังสือ

修饰格（วิเศษณการก）: เสื้อของฉัน

ทำที่บ้าน

มาเมื่อเช้า

同位格、表语格（วิกัติการก）: ตามี นายอำเภอกินข้าว

เขาเป็นนายอำเภอ

语气（มาลา）:

陈述语气（นิเทศมาลา）: เขานอนแล้ว ฝนตกมาก

虚拟语气（ปริกัลปมาลา）: ถ้าฝนตก ฉันจะกลับบ้าน

ชะรอยเขาจะมา

祈使语气（ศักติมาลา）: เขาต้องนอน

ฝนตกแน่นอน

动词名用语气（สภาวมาลา）: เพื่อนั่งเล่น

สำหรับชมเล่น

时态（กาล）：
  一般时态（กาลสามัญ）：
    一般现在时（ปรัตยุบันกาล）：เขากำลังกินข้าว
    一般过去时（อดีตกาล）：เขาได้กินข้าว
    一般将来时（อนาคตกาล）：เขาจักกินข้าว
    一般不定时（อนุตกาล）：คนกินข้าว
  完成时态（กาลสมบูรณ์）：
    现在完成时（ปรัตยุบันกาล）：เขากำลังกินข้าวแล้ว
    过去完成时（อดีตกาลสมบูรณ์）：เขาได้กินข้าวแล้ว
    将来完成时（อนาคตกาลสมบูรณ์）：เขาจักกินข้าวแล้ว
    不定完成时（อนุตกาลสมบูรณ์）：คนกินข้าวแล้ว
语态（วาจก）：
  主动语态（กรรตุวาจก）：คนกินข้าว
                        คนให้เด็กกินข้าว
  被动语态（กรรมวาจก）：ข้าวถูกคนกิน
                        หนังสือถูกครูให้ศิษย์อ่าน
  受动语态（การิตวาจก）：ศิษย์ถูกครูให้อ่านหนังสือ
皇语（略）

第二节 名词和代词的用法

本节举例分析名词和代词在句子中的人称、性、数、格等特征。

例如：

名词：

ฉันเห็นนายสอนพาเด็ก　　　　นายสอน 第三人称、阳性单数
ไปเที่ยวที่โรงเรียน

พ่อตีฉัน　　　　　　　　　　พ่อ 主动语态

วัดนี้เศรษฐีสร้าง　　　　วัดนี้ 宾格
ศิษย์ถูกครูให้อ่านหนังสือ　　ศิษย์ 受格
เขามายังบ้าน　　　　　　บ้าน 修饰格
เด็กนักเรียนนอน　　　　　นักเรียน 同位格

代词：

性：有性的代词只有人称代词，例如：

　　ผม กระผม เกล้ากระผม　　阳性
　　อีฉัน หล่อน　　　　　　阴性
　　ใคร　　　　　　　　　中性
　　อื่น ๆ　　　　　　　　　无性

数：เรา กัน　　　　　　　　复数

格：除与名词格相同之外，泰语中的代词多用于同位格。例如：

　　นายสีเขาบอกฉัน
　　นายสีมันบอก

第三节　动词和修饰词的用法

使用动词和修饰词时要注意语气、时态、语态、格（动词名用）和皇语。例如：

语气：

　　เขาไม่อยู่　ฟ้าร้อง　　陈述
　　ชะรอยเขาจะมา ถ้าฝนไม่ตก และถ้าฝนตก เขาจะอยู่บ้าน　虚拟
　　อย่าไป นอนเสีย 祈使
　　ฯลฯ

时态：

　　一般时态：เขายังนอนอยู่ 一般现在时
　　完成时态：เขาได้นอนแล้ว 过去完成时

复杂时态：วานนี้ ฉันกำลังกินข้าว 过去进行时

语态：

  ครูให้ศิษย์อ่านหนังสือ   主动语态

  บุหรี่นี้ขายดี   被动语态

  ศิษย์ถูกครูให้อ่านหนังสือ   受动语态

  ปรากฏการฆาตกรรมขึ้นในเมืองนี้เนือง 主动语态

格：动名词同名词和代词一样可以在句子中充任不同的格，如主格、宾格、修饰格等。例如：

  นอนมากนักเป็นโทษ 主格

  ฉันไม่ชอบนอนนาน ๆ 宾格

  เขาเลี้ยงนกไว้เพื่อชมเล่น 修饰格

第四节 词的功能

泰语中的词没有固定词类。要判断一个词的类别，最终要依据该词在句子中与其他词的关系而定。

名词的功能：

  主格 <u>ครู</u>อ่านหนังสือ

  宾格 <u>หนังสือ</u>ถูกครูอ่าน

  受格 <u>ศิษย์</u>ถูกครูให้อ่านหนังสือ

  修饰格 เสื้อของ<u>ฉัน</u>

  同位格、表语格

  ส้ม<u>โอ</u> เด็ก<u>นักเรียน</u> (修饰名词)

  เขาเป็น<u>บ้า</u> คนเป็น<u>อันมาก</u> (修饰动词)

  呼语格 <u>นายแดง</u> แกไปไหน?

代词的功能：代词的功能与名词相同，其中有两小类代词比较特殊——

  关系代词（如 ที่）有三种功能：

ม้าที่ฉันเลี้ยงตาย

ที่ 是 ม้า 的同位格

ที่ 是小句和主句之间的关联词

ที่ 是小句中的宾格，ที่ฉันเลี้ยง = ม้าฉันเลียง

区分代词：ต่าง บ้าง กัน

ต่าง 和 บ้าง 均为复数，在句中充当同位格：

คนต่างกินข้าว

คนในบ้าน บ้างนอนบ้างนั่ง

กัน 复数，除不充当主格和同位格外，其他格都可以充当。

动词的功能：动词也以在句子中与其他词的组合关系的不同而具有不同的语法功能，例如：

คนตีทอง ตีทอง 说明人的动作，是动词。

คนตีทองต้องเป็นคนแข็งแรง ตีทอง 说明人的类别，是修饰词。

นกตีทอง ถนนตีทอง ตีทอง 是名称，因而是名词。

动词有如下特征：

（1）动词（除助动词外）具有不同的语态

คน<u>นอน</u> 主动语态

แมวถูก<u>ตี</u>　被动语态（宾语前置）

คน<u>เป็น</u>หมอ 主动语态

（2）动词具有不同的格

<u>นอน</u>มากไม่ดี 主格

ฉันอยากจะ<u>พบ</u>ท่าน 受格

ศาลาสำหรับ<u>พัก</u>ชั่วคราว 修饰格

ตาสีฝัน<u>เห็นช้าง</u> 修饰动词，做状语

（3）与名词、形容词连用，以使语义完整

เขา<u>เป็น</u>นายอำเภอ

เขา<u>คล้าย</u>โจร

（4）助动词，帮助动词使之完整地体现词的规则，即表现语气、时态、语态等，例如：ควร จง กำลัง จะ ย่อม ถูก ถูกให้ ฯลฯ。

修饰词的功能：修饰名词、代词、动词、修饰词。

修饰词与被修饰成分之间的语序：

修饰名词、代词时，

修饰词在前面的有：

区分代词 บรรดา ทุก ต่าง บาง ละ

数词 สอง สิบ ร้อย พัน（หนึ่ง 除外）

疑问修饰词 กี่

修饰词在前在后均可的有：

มาก น้อย ผอง ปวง ฯลฯ

修饰词在后的有：上列各词除外的所有词。

修饰动词和修饰词时，大多在后，下列词除外：

修饰词在前的：

某些数量修饰词 เกือบ แทบ พอ จน สัก ฯลฯ

否定修饰词 ไม่ มิ บ

修饰词在前在后均可的有：

时间修饰词 บัดนี้ เมื่อนั้น เดี๋ยวนี้ ทันใดนั้น

疑问修饰词 ทำไม เหตุไร ไฉน

否定修饰词 หา...ไม่ ไม่...ไม่ได้

应答词 จ้ะ ขอรับ พระเจ้าค่ะ

前置词的功能：前置词引导某些词与它前面的词语发生关联。例如：

พระแสดง<u>ซึ่ง</u>ธรรม

附录1　泰语传统语法

เขาไป<u>ถึง</u>บ้าน
ครูยังศิษย์<u>ให้</u>อ่านหนังสือ
พ่อ<u>กับ</u>ลูกไปด้วยกัน
ฉันเก็บเงิน<u>ให้</u>แก่ลูก
ร้องเรียน<u>ต่อ</u>ผู้ใหญ่
เขาเลี้ยงม้าไว้<u>สำหรับ</u>ลูก
ของอยู่<u>ที่</u>หีบ
เขาเพลิดเพลิน<u>ใน</u>ดนตรี
เขาชอบ<u>แต่</u>เก้าอี้นวม

有一种前置词不与其他词发生关联，叫作呼语前置词，一般都位于句子之前。例如：

<u>ดูก่อน</u> สงฆ์
<u>ข้าแต่</u> อาจารย์

连词和叹词的功能：

连词：连接词、句子和语段。

叹词：

独立叹词（อุทานบอกอาการ）不与其他词语发生关联。

补缀叹词（อุทานเสริมบท）对其前面或后面的词语有修饰作用。

<u>เข้าอก</u>เข้าใจ　ไม่รู้<u>ไม่ชี้</u>
<u>ไม่ดิบ</u>ไม่ดี　ไม่เห็น<u>ไม่หน</u>

甚至由补缀叹词和其他词组成的整个句子起补缀作用：

<u>ฉันไม่เข้าอก</u>　ฉันไม่เข้าใจ

第三编　句法（วากยสัมพันธ์）

第一章　释义

1. 句法：句法是指语词之间的关系。
2. 话语：有三种形式——

单词：感叹——วู้ๆ　　呼叫——ตำรวจ　　读音——ก ข

词组：叫卖——ข้าวมันร้อนๆ จ้ะ
　　　怒责——ความรักบ้าๆ เอ๋ย!

句子：完整地表达——เราโง่จริงๆ　　ท่านไปไหน?

3. 词组和句子：

句子由两部分组成：主语部分（ภาคประธาน）和谓语部分（ภาคแสดง）。

主语部分：是话题，大多由名词或代词充任。

谓语部分：说明主语的状态，以使语义表达完整。谓语中还有两种辅助成分——宾语和表语。

词组：两个以上意义上有关联的词结合在一起，但不构成意思完整的句子，就叫作词组。例如：

<u>ข้าวในหม้อนั้น</u> กินไม่ได้

<u>การนอนกลางวันบ่อยๆ</u> ไม่ดี

4. 附加成分：

修饰成分——对句子中的主要成分进行修饰，使含义更加确切、明晰。例如：

เสือกัดเด็ก　　　　　เสือ<u>ใหญ่</u>กัดเด็ก

เสือ<u>ในป่าใหญ่</u>กัดเด็ก　　เสือ<u>ตัวกินไก่</u>กัดเด็ก

关联成分——句子中起关联作用的成分。如：

น้ำขึ้น<u>แต่</u>ลมลง

เขาพูด<u>ให้</u>ฉันเสียใจ

<u>นายสี</u> เธอไปไหน

<u>เฮ้ย</u> ไม่ช้าเจ้าจะรู้สึกสำนึกตัว

第二章　泰语的语序和词组的种类

泰语语法课本是仿照英语语法和梵文、巴利文语法的形式编写的。然而泰语的规则却与上述语言不同。泰语同汉语一样是孤立语，无词形变化，因而，词序对于表达语义显得格外重要。例如：เสือกินคน　คนกินเสือ

泰语的词组有 7 类，分别以开头一词的词类命名：

名词词组：ไก่แจ้　นกขาวชวา　ทะเลจีน　นางสาวละออ

รูปเดี่ยว　ลำที่หนึ่ง　ชาวเมืองระยอง　ผู้ทำความดี

代词词组：ข้าพเจ้า　ข้าพระพุทธเจ้า　ฝ่าพระบาท　ใต้ฝ่าพระบาท

ใต้ฝ่าละอองธุลีพระบาท　พระองค์ ท้าวเธอ

动词词组：助动词+动词（表示时态、语态、语气）

ต้องกิน　อย่ากิน　กินเถอะ　กำลังกิน จะกิน กินแล้ว　ถูกตี　ให้ตี

连动　เขานั่งร้องเพลง

合成词　กึงแก่กรรม　สิ้นพระชนม์

动名词+修饰成分　ทำงานหนัก ไม่ดี

修饰词词组：

修饰名词　หญิง<u>งามเลิศเหลือประมาณ</u>เดินมาโน้น

คน<u>โง่บัดซบ</u>

คน<u>ตาบอดทั้งสองข้าง</u>

修饰动词　เขามา<u>สายสามนาที</u>

เขาดูแลเด็ก<u>ดีเหลือเกิน</u>

修饰修饰词　เขาคงตาบอด<u>ทั้งสองข้าง</u>

เขาคงงามเลิศเหลือประมาณ

由数量词组成的修饰词组　ภิกษุ<u>สามรูป</u>　นอน<u>สามพัก</u>
　　　　　　　　　　　　　เรือ<u>ห้าลำ</u>　ตี<u>สามที</u>

前置词词组：

　　引导名词：ด้วยความรู้　จากที่อยู่　ในบ้าน

　　引导代词：ของฉัน　ซึ่งกันและกัน

　　引导动名词：สำหรับดูเล่น　เพื่อจะเห็นสะดวก

连词词组（有三类）：

　　连词连接它后面的词或词组，用来修饰前面的词：

　　เขามีความรักให้ลูกและเมีย

　　用其他词组充当连词：

　　แต่ถึงกระนั้นก็ดี　　เพราะอย่างไรก็ตาม

　　หรืออย่างไรก็ดี　　ถึงกระนั้นก็ดี

　　复合连词：ถึง...ก็　ทั้ง...และ　พอ...ก็

叹词词组：โอ้　อกกูเอ๋ย

　　　　　โอ๊ย ตายแล้ว

　　　　　ไม่ลืมตาลืมหู

　　　　　ผู้หญิงริงเรือ（อุทานวลีเสริมบท-补缀叹词）

词组的功能：与词的功能相同，即：

　　名词词组：与名词的功能相同

　　动词词组：与动词的功能相同

　　代词词组：与代词的功能相同

　　以此类推。

第三章 单句（上）

1. 定义：只有一层意思的小句，如：ตาสีไป　ตาสีสูบบุหรี่ ฯลฯ。
2. 单句的组成部分：

    主语部分——主语、主语修饰语

    谓语部分——谓语动词、动词修饰语、宾语、宾语修饰语。

3. 句子的种类：

    （1）施动句（ประโยคกรรตุ）เสือกินตามี

    （2）宾语句（ประโยคกรรม）ตามีผู้ใหญ่บ้านของเรา เสือกินเสียแล้ว

    （3）动词句（ประโยคกริยา）เกิดตีกันขึ้นที่นี่

    　　　　　　　　　　　　　มีโรคติดต่อขึ้นที่นี่

    　　　　　　　　　　　　　ปรากฏการโกงที่นี่

    （4）使动句（ประโยคการิต）ครูให้ศิษย์อ่านหนังสือ

4. 主语：

    可以充当主语的词：名词、代词、动名词、修饰词。

    可以充当主语的词组：名词词组、代词词组、动词词组、特殊成分（各种符号），如：

    　　ก เป็นพยาญชนะ　　　　△ เรียกว่าสามเหลี่ยม

    各类词或词组，如：

    　　คงเป็นกริยานุเคราะห์　　　ในเมืองสวรรค์ เป็นบุพบทวลี

5. 主语修饰语：

    可以充当主语修饰语的词有：

    修饰词

    同位语

    词组：

    　　　名词词组　　代词词组　　修饰词词组

动词词组　　前置词词组

第四章　单句（下）

6. 谓语动词：

　　谓语动词有两种：动词、动词词组。

7. 修饰语：

　　充当动词修饰语的有：

（1）修饰词。

（2）各种起修饰作用的词组，例如：

เขาวิ่ง<u>เร็วมากทีเดียว</u>

เขามา<u>ช้า ๕ นาที</u>

（3）对动词的格起补足作用的词语：

表语格（บทวิกัติการกช่วยกริยา）

　　เขาเป็น<u>ครู</u>

　　เขาคล้าย<u>ฉัน</u>

主格（施动）（บทกรรตุการก）

　　<u>บุตร</u>ถูกบิดาทำโทษ

　　<u>วัดนี้</u>ใครสร้าง?

使令格（บทการิตการก）

　　ครูให้<u>ศิษย์</u>อ่านหนังสือ

修饰格（วิเศษณการก）

　　เขาไปโดย<u>เร็ว</u>

　　เด็กจมน้ำ<u>ตาย</u>

　　เขากินตะเกียบ<u>เป็น</u>

8. 宾语除表示受事以外，其他均与主语同。

9. 宾语修饰语：与主语修饰语同。

10. 单句的分析：

ประโยค	ภาคประธาน		ภาคแสดง				หมายเหตุ
	บทประธาน	บทขยายประธาน	บทกริยา	บทขยายกริยา	บทกรรม	บทขยายกรรม	
ก.(เวลา)กี่นาฬิกาแล้ว	(เวลา)		กี่นาฬิกาแล้ว				วิเศษณ์วลีทำหน้าที่บทกริยา
ข.(เวลา) ๘ นาฬิกาขอรับ	(เวลา)		๘ นาฬิกา				วิเศษณ์วลีทำหน้าที่บทกริยา
ค.ใครมา?	ใคร		มา	ขอรับ			นามวลีบทประธาน
ฆ.นายแดงเพื่อนคุณ(มา)ขอรับ	นายแดง	เพื่อนคุณ	(มา)	ขอรับ			นามวลีวิกัติการก

第五章　复合句

1. 复合句的定义：

两个或两个以上的单句并列在一起，中间有关联词相连接，意义上的关联使它们成为一个句子。这就是复合句。如：

น้ำขึ้นแต่ลมลง

ฉันจะไปเที่ยว แต่ท่านจะอยู่บ้านหรือท่านจะไปไหน?

2. 简缩复合句（อเนกรรถประโยครวม）：

（1）以“และ”做关联词的简缩复合句：

省略谓语——

一般复合句：ยายทำนา และตาทำนา

简缩复合句：ยายและตาทำนา

省略关联词复合句：ยายตาทำนา

省略主语——

一般复合句：ตาสีไปที่โรงนาและตาสีนั่งที่โรงนา

简缩复合句：ตาสีไปและนั่งที่โรงนา

省略关联词复合句：ตาสีไปนั่งที่โรงนา

（2）以"หรือ"做关联词的简缩复合句：

省略谓语——

一般复合句：นายแดงอยู่บ้านหรือนายดำอยู่บ้าน

简缩复合句：นายแดงหรือนายดำอยู่บ้าน

省略主语——

一般复合句：นายดำนั่ง หรือนายดำนอน

简缩复合句：นายดำนั่งหรือนอน

正反问句中省略否定部分——

一般复合句：ท่านจะนอนหรือท่านจะไม่นอน

简缩复合句：ท่านจะนอนหรือไม่? 或 ท่านจะนอนหรือ

说明：

① 如句中的"หรือ"仅仅表示询问，则"หรือ"为疑问修饰词，该句就不是复合句，而是单句。

② 句中的"หรือไม่"压缩成"ไหม"，则该句亦只是单句：เขาจะนอนไหม "ไหม"为疑问修饰词。

3. 关联词在复合句中的位置：

在两个分句之间：น้ำขึ้น<u>แต่</u>ลมลง

插在后一个分句中：เขาโกรธท่าน เขา<u>จึง</u>ด่าท่าน

复合连词（สันธานรวม）

　　非衔接式复合连词（สันธานคาบ）：

　　　เขาอยาก<u>ได้</u>ดี<u>แต่</u>เขาก็ไม่ได้ดี

　　衔接式复合连词（สันธานควบ）：

　　　เขาอยาก<u>ได้</u>ดี <u>แต่</u>ก็ไม่ได้ดี

省略连接：ยายตาทำนา ตาสีไปนั่งที่โรงนา

4. 复合句的种类：

（1）连贯复合（อันวยาเนกรรณประโยค）

เขาอาบน้ำ แล้วเขาก็นอน

ยายและตาทำนา　เขานั่งบ้างนอนบ้าง

ทั้งคนทั้งสัตว์ต้องตาย

ตาสีมาถึงบ้านแล้วก็อาบน้ำและซักผ้า

รดต้นไม้แล้วก็กินข้าว

ถ้าฉันสบายและเมียฉันสบายและฝนไม่ตก ฉันก็จะไป

（2）转折复合（พยติเรกเนกรรณประโยค）

น้ำขึ้น แต่ลมลง

กายเขาสบาย แต่ทว่าใจเขาไม่สบาย

ถึงเขาจะชมฉัน ฉันก็ไม่ยินดี

กว่าถั่วจะสุก งาก็ไหม้หมด

（3）选择复合（วิกัลปาเนกรรณประโยค）

นายก.หรือนายข.ต้องทำงาน

เขาต้องเป็นนายอำเภอหรือครู

（4）因果复合（เหตวาเนกรรณประโยค）

น้ำเน่า จึงยุงชุม　น้ำเน่า เพราะฉะนั้นยุงจึงชุม

说明：因果复合句，表示原因的分句必须在前，反之则是复杂句。

例如：

ยุงชุมเพราะน้ำเน่า

5. 复合句的分析：

如图：

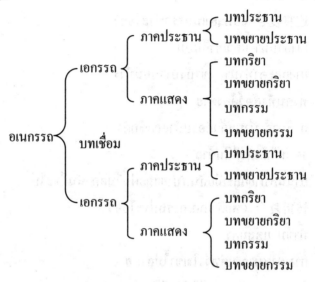

- อเนกรรถ
  - เอกรรถ
    - ภาคประธาน
      - บทประธาน
      - บทขยายประธาน
    - ภาคแสดง
      - บทกริยา
      - บทขยายกริยา
      - บทกรรม
      - บทขยายกรรม
  - บทเชื่อม
  - เอกรรถ
    - ภาคประธาน
      - บทประธาน
      - บทขยายประธาน
    - ภาคแสดง
      - บทกริยา
      - บทขยายกริยา
      - บทกรรม
      - บทขยายกรรม

第六章　包孕句

1. 包孕句的定义：

一个句子中的某个成分由单句充当，这个句子就叫作包孕句。例如：

นายมีซึ่งเป็นเสมียนตาย

นายมีตาย 是一个句子。

ซึ่งเป็นเสมียน 又是一个句子。这个句子充当 นายมี 的定语。

2. 包孕句的成分：

主句（มุขยประโยค）

从句（อนุประโยค）：名词从句（นามานุประโยค）

定语从句（คุณานุประโยค）

状语从句（วิเศษนานุประโยค）

附录 1 泰语传统语法

3. 名词从句：在句中代替名词（含代词、动名词）

做主语：

  เธอแสดงกิริยาเช่นนี้ เป็นการไม่ดี

  ที่เธอแสดงกิริยาเช่นนี้ เป็นการไม่ดี

做宾语：

  ฉันไม่ชอบเธอทำเช่นนี้

  ฉันไม่ชอบที่เธอทำเช่นนี้

  ฉันไม่ชอบให้เขาตาย

  ฉันไม่รู้ว่าตามีตาย (ให้ ว่า เป็นบทเชื่อม)

做同位语：

  ข่าวว่าตามีตาย ไม่จริง

  ข่าวที่ว่าตามีตาย ไม่จริง

4. 定语从句：在句中修饰名词、代词。由 ที่、ซึ่ง 做关联词。

  คนที่เกียจคร้านย่อมลำบาก

  ฉันไม่ชอบคนซึ่งเกียจคร้าน

  เหตุผลอันเหลวไหลย่อมฟังไม่ได้

  การที่ท่านทำเช่นนี้ ฉันไม่ชอบ

5. 状语从句：在句中修饰动词或修饰词。

  ฉันมาเมื่อเธอหลับ

  เขาพูดเร็วจนฉันฟังไม่ทัน

6. 包孕句的分析：

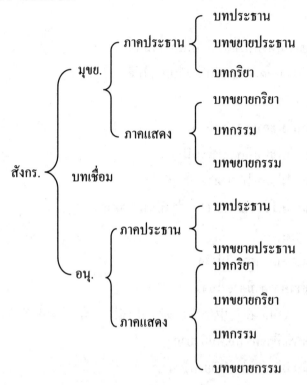

- สังกร.
  - มุขย.
    - ภาคประธาน
      - บทประธาน
      - บทขยายประธาน
      - บทกริยา
    - ภาคแสดง
      - บทขยายกริยา
      - บทกรรม
      - บทขยายกรรม
  - บทเชื่อม
  - อนุ.
    - ภาคประธาน
      - บทประธาน
      - บทขยายประธาน
    - ภาคแสดง
      - บทกริยา
      - บทขยายกริยา
      - บทกรรม
      - บทขยายกรรม

第七章　混合复句

混合复句的种类：

1. 复合句为主的混合复句：

   分句是复合句

   分句是包孕句

   分句是单句、包孕句、复合句的混杂形式

2. 包孕句为主的混合复句：

   包孕句中的从句有下列几种形式：

   名词从句是复合句或包孕句

定语从句是复合句或包孕句
状语从句是复合句或包孕句
多重包孕句的混合。
（例句从略）

附录2 泰语结构语法

泰语结构语法的代表作是维金·帕努蓬的《泰语结构：语法体系》[①]，以下介绍这本书的内容梗概。

第一章 导言

本章主要述及：

1. 现代语法研究与传统语法研究在原则上的不同：

（1）传统语法研究以借鉴其他语言的语法准则来解释本民族语言的语法现象；现代语法研究是以普遍的语法理论来剖析本民族语言的种种语言现象。

（2）传统语法研究以文学书面语言为研究对象，语法学家据此制定出一套语言规则，并借以衡量语言现象之正误，口语被认为是不规范的语言；现代语法研究同时以口语和书面语为研究对象，发掘和总结语言本身的内在规律。

2. 语词的结构

词素（หน่วยคำ）

独立词素（หน่วยคำอิสระ）：ถนน สบาย เดิน ลักษณะ ฯลฯ

黏着词素（หน่วยคำไม่อิสระ）：นัก ชาว กร ฯลฯ

合成词（คำผสม）

---

① วิจินตน์ ภาณุพงศ์ โครงสร้างภาษาไทย：ระบบไวยากรณ์ โรงพิมพ์มหาวิทยาลัยรามคำแหง ๒๕๒๒

两个以上的独立词素结合在一起，构成一个新词：ผ้าปูโต๊ะ จักรเย็บผ้า พัดลม ฯลฯ

复合词（คำผสาน）

至少包含一个黏着词素的词：นักเขียน อธรรม วิทยากร เด็กๆ ฯลฯ

3. 泰语的句子结构

广义地讲，句子结构包含了句子、词组、词类三部分内容。狭义地讲，句子结构只包括句子一部分内容。

对广义上的句子结构进行分析是从两方面着手：

（1）句子中词与词之间横向的关系——同一个层次上的词与词的关系。

（2）句子中词与词之间纵向的关系——不同层次上的词与词的关系。

第二章 句子的分类

有两种分类法：

按照语义和语境将句子分为两类：

始发句（ประโยคเริ่ม）

后续句（ประโยคไม่เริ่ม）

按照句子的结构将句子划分为四类：

普通句（ประโยคสามัญ）

复杂句（ประโยคซับซ้อน）

复合句（ประโยคผสม）

关联句（ประโยคเชื่อม）

一、始发句与后续句

ก. เธอเคยไปเชียงใหม่ไหม?(ประโยคเริ่มซึ่งใช้เริ่มบทสนทนา)

ข. เคยไป (ประโยคไม่เริ่ม)

ก. ฉันชอบไปดอยสุเทพจัง (ประโยคเริ่มซึ่งอยู่กลางบทสนทนา)

后续句有两种情况：

（1）能出现于对话中，不能用于对话起始。例如：เคยไป

（2）在一定语境中可用于对话起始。例如：

หอมจัง

(ขณะที่คนหนึ่งกำลังดมกุหลาบ)

ดังไปแล้ว

(ขณะที่คนหนึ่งกำลังปรับเครื่องวิทยุ)

หนักเหลือเกิน

(ขณะที่ผู้พูดกำลังหิ้วของ)

ตกลงจะไปไหม?

(ก่อนหน้านี้ผู้พูดได้เคยพูดกับผู้ฟังแล้วถึงเรื่องที่จะไปเที่ยวต่างจังหวัดกัน แต่ผู้ฟังยังไม่ได้ให้คำตอบว่าจะไปได้หรือไม่)

ในวันงานหวังว่าฝนคงไม่ตก

(ผู้พูดและผู้ฟังรู้ว่าพูดถึงวันในงานอะไร)

二、普通句、复杂句、复合句、关联句

1. 普通句：由一个或多个句子成分组成的始发句的 12 种结构或后续句的 11 种结构，其中任何一个成分都不是主谓结构（或称"小句"：อนุพากย์），这样的句子叫普通句。7 种句子成分的缩写字母如下：

หน่วยประธาน(ป)　　หน่วยกรรมตรง(ต)

หน่วยกรรมรอง(ร)　　หน่วยนามเดี่ยว(นด)

หน่วยอกรรม (อ)　　หน่วยสกรรม(ส)

หน่วยทวิกรรม(ท)

始发句的 12 种结构形式①：

（1）แบบ	อ	
	เหนื่อย	
	สายแล้ว	
	หนาวจังนะ	
	ลุกขึ้นเถอะ	
（2）แบบ	ป　อ	
	ฝน　ตก	
	ผ้า　แห้งแล้ว	
	บ้านนี้　น่าอยู่จัง	
	หนังสือเล่มนี้ ขายดี	
（3）แบบ	อ	ป
	เหนื่อยไหม	คุณ
	ยังไม่สุกเลย	ข้าว
	ซน	เด็กพวกนี้
	สูงจังนะ	ผู้ชายคนนี้
（4）แบบ	ส	ต
	หิว	น้ำ
	จะไปซื้อ	กล้วยสักหวีหนึ่ง
	กำลังจะไปเที่ยว	ภูเก็ต
	ได้ยิน	เสียงเด็กร้อง

① 结构形式中使用的缩写字母分别代表：อ-หน่วยอกรรม　ป-หน่วยประธาน　ส-หน่วยสกรรม　ต-หน่วยกรรมตรง ท-หน่วยทวิกรรม　ร-หน่วยกรรมรอง　นด-หน่วยนามเดี่ยว　ถ-หน่วยเสริมบอกสถานที่　ว-หน่วยเสริมบอกเวลา　พ-หน่วยเสริมพิเศษ　ล-ส่วนคำลงท้าย。

(5) แบบ	ป		ส	ต
	คน		เคาะ	ประตู
	คุณ		อยากดื่ม	อะไร
	ต้นไม้บางอย่าง		ไม่ชอบ	น้ำมาก
(6) แบบ	ต		ป	ส
	ผัก		แม่ครัว	ยังไม่ได้ล้าง
	รถคันนี้		เพื่อน	จะขอยืม
	ผ้านี้		เธอ	เคยใช้ไหม
	ยา		น้อง	เพิ่งทาน
(7) แบบ	ท		ต	ร
	กำลังจะสอน		หนังสือ	เด็ก
	ยังไม่ได้ให้		ยา	คนไข้
	ลืมถอน		สตางค์	ลูกค้า
	อยากถาม		คะแนน	อาจารย์
(8) แบบ	ป	ท	ต	ร
	พี่	ป้อน	ข้าว	น้อง
	แม่	จะให้	เหรียญบาท	เด็ก ๆ
	กรรมกร	ซัก	อะไร	เธอ
	ครู	จะสอน	วรรณคดี	เรา
(9) แบบ	ต	ป	ท	ร
	คะแนน	ครู	ยังไม่ได้บอก	เด็กกลุ่มนี้
	ความลับ	ใครล่ะ	จะกล้าถาม	เธอ
	แผ่นเสียง	เพื่อน	เพิ่งให้	ฉัน
	ผลไม้	พี่	จะถวาย	พระ

附录 2　泰语结构语法

(10) แบบ　ร　　　　　ป　　　　ท　　　　　ต
　　　เด็กกลุ่มนี้　ครู　　　ยังไม่บอก　คะแนน
　　　เด็ก ๆ　　แม่　　จะแจก　　เหรียญบาท
　　　รถคันนี้　　คนรถ　ยังไม่ได้เติม　น้ำมัน
　　　คนขี้เกียจ　ใคร　　จะอยากให้　รางวัล

(11) แบบ　นด
　　　พี่
　　　แม่จ๋า
　　　สุชาดา
　　　คุณขา

(12) แบบ　นด　　　　นด
　　　นี่　　　　ปากกาใคร
　　　เล็กน่ะ　　หลานเธอหรือ
　　　โน่นแน่ะ　โรงเรียนของลูก

仅限于后续句的结构形式（共 11 种），其中：

A. 只有基本句子成分（ส่วนมูลฐาน）的普通句，结构形式有 8 种：

(1) แบบ　ส
　　　ยังไม่อยากซื้อ
　　　จะใช้แล้ว
　　　ช่วยปอกด้วย

(2) แบบ　ป　　ส
　　　ฉัน　　ไม่อยากซื้อ
　　　เขา　　จะใช้แล้ว
　　　แดง　　ช่วยปอกด้วย

(3) แบบ ท
ทวงแล้ว
เคยให้
ยังไม่ได้ทอน

(4) แบบ ป ท
ฉัน ทวงแล้ว
เพื่อน เคยให้
ผม ยังไม่ได้บอกเลย

(5) แบบ ท ต
ไม่รู้ จะให้อะไร
จะเติม น้ำมันด้วยไหม
จะขาย หลังไหน

(6) แบบ ป ท ต
คุณ ช่วยประเคน ของ นะ
เขา ขายบ้าน อย่างเดียว
แม่ จะถวายสบู่ นี่

(7) แบบ ท ร
ไม่อยากสอน ผู้ใหญ่
ต้องถาม พ่อ
ขาย เพื่อน

(8) แบบ ป ท ร
เขา ไม่เคยบอก ขายผม
เขา จะให้ แฟนเขา
คุณ จะบอก เขา ก่อนเหรอ

B. 只有补足成分（ส่วนเสริม）的后续句，结构形式有 2 种：

（1）แบบ	ถ (ส่วนเสริมบอกสถานที่)	
	ในลิ้นชัก	
	ที่เก้าอี้ตัวนั้น	
	จากตลาดค่ะ	
（2）แบบ	ว (ส่วนเสริมบอกเวลา)	
	เมื่อวานฮะ	
	ตอนเช้า	
	คืนนี้จ้ะ	

C. 只有语尾词（คำลงท้าย）的后续句，结构形式只有 1 种：

แบบ	ล (ส่วนคำลงท้าย)
	จ๋ำ
	เหรอคะ
	ฮ่ะ

除上述 11 种结构形式以外，始发句的 12 种结构形式也适用于后续句：

（1）แบบ	อ	
	หนัก	
	ดังไปแล้ว	
	ยังไม่มา	
（2）แบบ	ป	อ
	มัน	ยังสกปรกอยู่
	เขา	สบายดีแล้ว
	สามใบ	น่าจะพอ
（3）แบบ	อ	ป
	พอไหม	สามใบ

		แย่แล้ว	เรา	
		ตกแล้วละ	ฝน	
(4)	แบบ	ส	ต	
		ไม่พบ	เขา	
		ซื้อมาแล้ว	สองเล่ม	
		ต้องรีด	ทุกตัว	
(5)	แบบ	ป	ส	ส
		เขา	จะรับ	ฉบับเดียว
		เพื่อน	ไม่ชอบ	สักใบหนึ่ง
		บางตัว	มี	เข็มขัด
(6)	แบบ	ต	ป	ส
		อีกเรื่องหนึ่ง	ฉัน	ยังไม่เห็น
		ตัวเก่า	เขา	เพิ่งซัก
		หลังใหญ่	ใคร	จะอยู่
(7)	แบบ	ท	ต	ร
		จะถาม	อะไร	เขา
		ยังไม่ได้ถวาย	ของ	อีกองค์หนึ่ง
		กำลังจะให้	ชุดใหญ่	เขา
(8)	แบบ	ป	ท	ต	ร
		เขา	บอกขาย	คันเก่า	เรา
		คน	ชอบให้	กระดูก	มัน
		เรา	ต้องรีบบอก	เรื่องนี้	เขา
(9)	แบบ	ต	ป	ท	ร
		คันเก่า	เขา	จะขาย	เพื่อน
		เรื่องนี้	เรา	ต้องรีบบอก	เขา

		เหรียญบาท	แม่	จะแจก	พวกนั้น
(10)	แบบ	ร	ป	ท	ต
		พวกหนึ่ง	แม่	จะแจก	เหรียญบาท
		อีกสองกลุ่ม	ฉัน	เพิ่งบอก	คะแนน
		องค์นั้น	เขา	ยังไม่ได้	ถวายของ
(11)	แบบ	นด			
		น้องล่ะ			
		ใคร			
		เขานะซิ			
(12)	แบบ	นด	นด		
		คนอ้วน	ลูกเพื่อน		
		ของเขา	หลังใหญ่		
		นั่น	เพื่อนเขา		

2. 复杂句：由两个以上不同类型的主谓结构（อนุพากย์）组成的句子，叫复杂句。复杂句的结构形式除可能与普通句的结构形式相同之外，还有另外 3 种形式，即：

ท	ร	ต	
ป	ท	ร	ต
ต	ร	ป	ท

复杂句可能是始发句也可能是后续句。例如：
由两个主谓结构组成的复杂句：
ฉันชอบเด็กที่มาหาคุณเมื่อตะกี้(ประโยคเริ่ม)
(อนุพากย์หลักกับอนุพากย์คุณศัพท์)
เขาบอกฉันว่าเขาจะไปงานคืนนี้(ประโยคไม่เริ่ม)
(อนุพากย์หลักกับอนุพากย์นาม)

由三个主谓结构组成的复杂句：

การที่เธอไม่พูดกับฉันแสดงว่าเธอยังโกรธฉันอยู่

(อนุพากย์นาม อนุพากย์หลักกับอนุพากย์นาม)

由另外三种结构形式组成的复杂句：

ท	ร	(-ท)	ต	
ช่วยบอก	แดง	ด้วยว่า	ฉันจะไปงานคืนนี้	
ป	ท	ร	(-ท)	ต
ฉัน	ถาม	เขา	แล้วว่า	เขาจะมาอีกไหม
ต	ร		ป	ท
หนังสือพวกนี้	ใครสนใจภาษาอังฤษจริง ๆ		ครู	จะให้

3. 复合句：由两个以上主要主谓结构（อนุพากย์หลัก）组成的句子，这些主谓结构之间不存在各种形式的结构关系。复合句可能是始发句，也可能是后续句。例如：

เธอจะไปกับฉัน หรือว่าจะอยู่ที่นี่ (ประโยคเริ่ม)

(อนุพากย์หลัก ๒ อนุพากย์)

เขาชอบดูหนัง แต่ฉันชอบดูละคร (ประโยคไม่เริ่ม)

(อนุพากย์หลัก ๒ อนุพากย์)

ฉันจะไปซื้อผ้า แล้วจะไปดูหนัง แล้วก็จะไปทำผม (ประโยคเริ่ม)

(อนุพากย์หลัก ๒ อนุพากย์)

4. 关联句：以关联词开头的后续句的普通句叫作关联句。例如：

ถ้าเขาไม่มาล่ะ

第三章　普通句的句子成分及结构

一、句子成分（ส่วนของประโยค）有两大类：

基本成分（ส่วนมูลฐาน）和补足成分（ส่วนเสริม）。以下是只有基本

附录2 泰语结构语法

成分的始发句中的普通句（由1—4个词组成），最短的普通句有两种：

只有一个名词

แม่!

พ่อ!

สมร!

只有一个动词

เหนื่อย!

ง่วง!

ลุก!

由2—4个词组成的普通句有4种

1. 名词+动词

ฝนตก

เด็กร้องไห้

น้ำเดือด

2. 动词+名词

หิวน้ำ

ล้างจาน

ทำกับข้าว

เขียนหนังสือ

3. 名词+动词+名词

คนเคาะประตู

น้องซักผ้า

รถชนต้นไม้

แม่คั้นส้ม

4. 名词+动词+名词+名词

แม่ให้ของตำรวจ

ครูบอกคะแนนนักเรียน

พี่ป้อนข้าวน้อง

เพื่อนแจกขนมเด็ก

句子的基本成分有 7 种：

1. 主语（ป）：在 1 类句式中，动词前面的名词是主语。

2. 直接宾语（ต）：在 2 类句式中，动词后面的名词是直接宾语；在 3 类句式中，动词后面的名词也是副宾语。

3. 间接宾语（ร）：在 4 类句式中，最后一个名词是间接宾语。

4. 名词独立成分（นด）：只有一个名词的句子，该名词叫名词独立成分。

5. 不及物动词成分（อ）：在 1 类句式中，后面不带宾语的动词叫作不及物动词成分；1 类句式前面的动词独立成分句中 ง่วง! เหนื่อย! ลุก! 也是不及物动词成分。

6. 及物动词成分（ส）：在 2 类、3 类句式中带宾语的动词叫作及物动词成分。

7. 双宾语动词成分（ท）：在 4 类句式中，带直接宾语和间接宾语的动词叫双宾语动词成分。

二、始发句中的普通短句的结构（短句不超过 4 个词，每个句子成分只有 1 个词组成），其结构形式有 6 种：

	例句	结构形式
（1）	แม่	นด
（2）	เหนื่อย	อ
（3）	ฝนตก	ป อ

（4）　หิวน้ำ　　　　　　　ส ต

（5）　คนเคาะประตู　　　　ป ส ต

（6）　แม่ให้ของตำรวจ　　　ป ท ต ร

三、句子成分由一个以上的词组成，其结构形式不变：

ฝนคงจะไม่ตก　　　　　　　ป อ

ต้นไม้บางอย่าง ไม่ชอบ น้ำมาก　　ป ส ต

เพื่อนคนไหน บอก เรื่องนี้ เธอ　　ป ท ต ร

但这样的句子成分可以产生易位或移位，而句子成分只有一个词组成的普通短句则不能。例如：

易位——主宾语易位：

ป　　อ

คุณ เหนื่อยไหม?

กับข้าวร้านนี้ อร่อยนะ

变成

อ　　ป

เหนื่อยไหม? คุณ

อร่อยนะ　กับข้าวร้านนี้

移位——直接宾语或间接宾语移至主语之前：

ป　　ส　　ต　　ร

แม่ครัว　ยังไม่ได้ล้าง　ผัก

ครู　ยังไม่ได้บอก　คะแนน　เด็กกลุ่มนี้

变成

ต　　ป　　ส　　ร

ผักนี่　แม่ครัว　ยังไม่ได้ล้าง

คะแนน　ครู　ยังไม่ได้บอก　เด็กกลุ่มนี้

或者

 ร   ป ส   ต
เด็กกลุ่มนี้ ครู ยังไม่ได้บอก คะแนน

四、分离状态的句子成分，在分析其结构时仍应视为一体。例如：

 ป ส- ต   (-ส)
แม่ครัว ซื้อ กับข้าว -มาแล้ว

 ป ส- ต- (-ส) (-ต)
เพื่อน ยืม- หนังสือ ไป -สามเล่ม

 ป ท ต- ร (-ต)
ฉัน ได้ให้ ของ- เพื่อน -หลายชิ้น

五、句子的补足成分有 3 种：

（1）特殊补足语（หน่วยเสริมพิเศษ: พ）

（2）地点补足语（หน่วยเสริมบอกสถานที่: ถ）

（3）时间补足语（หน่วยเสริมบอกเวลา: ว）

特点：

1. 补足成分在句子中的位置相当自由，可在句首，也可在句末。在句首时强调意味更浓。例如：

特殊补足语（พ）

<u>ตามธรรมดา</u> แดง เป็น คนขยันนะ

แดง เป็น คนขยันนะ <u>ตามธรรมดา</u>

地点补足语（ถ）

<u>ในครัว</u> ไฟ สว่างดี

ไฟ สว่างดี <u>ในครัว</u>

时间补足语（ว）

<u>กลางวัน</u> สีนี้ ไม่สวยนะ

สีนี้ ไม่สวยนะ   กลางวัน

在以主语或直接宾语开头的普通句中，有时特殊补足语或时间补足语也可以插在句中，即跟在主语或直接宾语之后。这时候补足语的强调程度要高于位置在句末时，但低于位置在句首时。例如：

แดง ตามธรรมดา เป็น คนขยันนะ

สีนี้　กลางวัน　ไม่สวยนะ

2. 补足成分是对整个基本句的补足，并不与基本句中的某一个词或成分发生关系。

但地点补足语若位于主语之后，则应视为前面一词的修饰成分，与被修饰词一起充当句子的主语。例如：

ไฟ ในครัว สว่างดี　(ถ)

ในครัว 做 ไฟ 的定语。

特殊补足语和时间补足语处在主语后的位置，有时也只对前面一个成分起修饰作用，并不是整个句子的补足成分。例如：

เด็กส่วนมากชอบลูกกวาด (พ)

ส่วนมาก 做 เด็ก 的定语。

อากาศกลางคืนหนาวมาก　(ว)

กลางคืน 做 อากาศ 的定语。

3. 一个句子中同时有几个不同类别的补足成分时，它们的位置可以自由互换，而不致改变句子的基本意义。位置在前的补足语，被强调的意味较强。

补足语在句子中的结构形式共 27 种：

（1）　พ　　　ถ　　　ว (ส่วนมูลฐาน)

（2）　พ　　　ว　　　ถ (ส่วนมูลฐาน)

（3）　ถ　　　พ　　　ว (ส่วนมูลฐาน)

(4) ถ ว พ (ส่วนมูลฐาน)
(5) ว พ ถ (ส่วนมูลฐาน)
(6) ว ถ พ (ส่วนมูลฐาน)
(7) พ ถ (ส่วนมูลฐาน) ว
(8) พ ว (ส่วนมูลฐาน) ถ
(9) ถ พ (ส่วนมูลฐาน) ว
(10) ถ ว (ส่วนมูลฐาน) พ
(11) ว พ (ส่วนมูลฐาน) ถ
(12) ว ถ (ส่วนมูลฐาน) พ
(13) พ ถ (ส่วนมูลฐาน)
(14) ถ พ (ส่วนมูลฐาน)
(15) พ ว (ส่วนมูลฐาน)
(16) ว พ (ส่วนมูลฐาน)
(17) ถ ว (ส่วนมูลฐาน)
(18) ว ถ (ส่วนมูลฐาน)
(19) พ (ส่วนมูลฐาน) ถ ว
(20) ถ (ส่วนมูลฐาน) ว พ
(21) ว (ส่วนมูลฐาน) ถ พ
(22) (ส่วนมูลฐาน) ถ ว
(23) (ส่วนมูลฐาน) ถ พ
(24) (ส่วนมูลฐาน) ว พ
(25) (ส่วนมูลฐาน) พ ถ ว
(26) (ส่วนมูลฐาน) ถ ว พ
(27) (ส่วนมูลฐาน) ว ถ พ

综上所述，句子的成分（ส่วนของประโยค）共有10种，其中基本句子成分（ส่วนมูลฐาน）7 种，补足成分（ส่วนเสริม）3 种。

第四章　词的分类

一、区分词类的标准：决定于词在句子中的位置。例如：一个词若能够在下列两个框架句（始发句）中画×的位置出现，则该词一定是名词（คำนาม）；若能够在画√的位置出现，则该词一定是不及物动词（กริยาอกรรม）。

（1）× √ แล้ว

（2）× กำลัง √

例句：

ฝนตกแล้ว

ฝนกำลังตก

一个词若能够在下列框架句中画 — 的位置出现，则该词一定是不及物动词小类（หมวดคำกริยาอกรรมย่อย）。

นาม — กว่า นาม แล้ว

例句：เสื้อ เก่า กว่า กางเกง แล้ว

　　　　น้อง ผอม กว่า พี่ แล้ว

　　　　ฯลฯ

二、按照词在句子中的位置，泰语中的词共分为 26 类，计有：

1. 名词（คำนาม）
2. 不及物动词（คำกริยาอกรรม）
3. 及物动词（คำกริยาสกรรม）
4. 双宾语动词（คำกริยาทวิกรรม）ให้ บอก คืน ฯลฯ
5. 不及物动词小类（คำกริยาอกรรมย่อย）เก่า ผอม เย็น ฯลฯ
6. 形容词（คำคุณศัพท์）ส่วนตัว เปล่า ใบ้ หัวปี ม่วง ฯลฯ

7. 动词后助词（คำช่วยหลังกริยา）แล้ว อยู่ อยู่แล้ว

8. 动词前助词（คำช่วยหน้ากริยา） เพิ่ง เคย จะ จะได้ ฯลฯ

9. 否定词（คำปฏิเสธ）ไม่

10. 动词前位词（คำหน้ากริยา） ไป มา

11. 动词后位词（คำหลังกริยา） ไป มา ขึ้น ลง เสีย ฯลฯ

12. 句末词（คำลงท้าย）คะ ค่ะ จ๊ะ นะ น่า ล่ะ ฯลฯ

13. 副词（คำกริยาวิเศษณ์）จัง เหลือเกิน ด้วย บ่อย ฯลฯ

14. 特殊词（คำพิเศษ） ปรกติ ธรรมดา น่ากลัว ฯลฯ

15. 代词（คำสรรพนาม） ฉัน พี่ นี่ นี้ ใคร ฯลฯ

16. 量词（คำลักษณนาม） เล่ม หลัง ตัว บ้าน ฯลฯ

17. 基数词（คำจำนวนนับ） หนึ่ง สอง บาง ทุก กี่ ครึ่ง หลาย ฯลฯ

18. 序数词（คำลำดับที่） ที่หนึ่ง หนึ่ง เดียว แรก ฯลฯ

19. 数量词前位词（คำหน้าจำนวน） อีก ตั้ง เพียง เกือบ ฯลฯ

20. 数量词后位词（คำหลังจำนวน） เศษ กว่า พอดี เท่านั้น ฯลฯ

21. 第三声调和第四声调指示代词（คำบอกกำหนดเสียงตรีและจัตวา）นี้ นั้น โน้น นู้น ไหน อื่น อื่น ๆ ใด ต่าง ๆ

22. 第二声调指示代词（คำบอกกำหนดเสียงโท） นี่ นั่น โน่น นู่น

23. 1类时间词(คำบอกเวลาประเภท ๑)กลางคืน เช้า ๆ ตะกี้ ต่อไป ฯลฯ

24. 2 类时间词（คำบอกเวลาประเภท ๒） กี๊ ก่อน เดี๋ยว หัวค่ำ อดีต จันทร์

25. 前置词（คำบุพบท） บน ข้าง นอก ใน ฯลฯ

26. 连词（คำเชื่อม） กับ ของ หรือ และ แต่ ว่า ที่ ซึ่ง ฯลฯ

第五章　词组（วลี）的定义、种类及结构

一、定义：一个实词（คำหลัก）或者一个实词加上它的修饰语，在

句子中充当第三章中讲到的 10 种句子成分中的一种，就叫作词组（วลี）。

二、种类：

词组有 5 类：

名词词组（นามวลี）（包括代词词组）

动词词组（กริยาวลี）

特殊词组（พิเศษวลี）

地点词组（สถานวลี）

时间词组（กาลวลี）

三、词组的结构（โครงสร้างหรือการประกอบของวลี）

名词词组由下列 5 类成分构成 17 种结构形式：

名词中心成分（หน่วยหลัก: ล）

形容词成分（หน่วยคุณศัพท์: ค）

数量词成分（หน่วยจำนวน: จ）

指代成分（หน่วยกำหนด: ก）

补足语修饰成分（หน่วยขยายเสริม: ขส）

1. ล　เสื้อ　ฉัน　ร่มกะหมวก　บ้านคุณ

2. ล ค　เสื้อ/ใหม่　เสื้อ/ตัวใหม่

3. ล จ　หมอน/ใบ　เสื้อ/สองตัว　เด็ก/หลายคน

4. ล ก　เสื้อ/นี้　เด็ก/คนไหน　เสื้อ/ตัวไหน

5. ล ค จ เสื้อ/ใหม่/สองตัว　บ้าน/หลังเล็ก/หลังเดียว

6. ล จ ค เนื้อ/สองชิ้น/ใหญ่　น้ำหอม/ห้าขวด/เล็ก ๆ

7. ล ค ก　เสื้อ/ใหม่/นี้　บ้าน/หลังเล็ก/หลังนี้

8. ล จ ก　เสื้อ/สองตัว/นี้　เก้าอี้/ตัวแรก/นั่น

9. ล ก จ　เสื้อ/นี่/ตัวเดียว　จาน/ชุดนี้/สักสามใบ

10. ล ค จ ก เสื้อ/ใหม่/สองตัว/นั้น　ต้นไม้/ใหญ่/สิบต้น/นี้

11. ล ค ก จ เสื้อ/ใหม่/ตัวนี้/ตัวเดียว ถนน/แคบ ๆ/นั่น/สองสามสาย
12. ล จ ค ก เสื้อ/สองชิ้น/ใหญ่/นี่ น้ำหอม/สามขวด/เล็ก ๆ /นั่น
13. ล ขส หนังสือ/ส่วนมาก จดหมาย/จากบ้าน ข่าว/วันนี้
14. ล ค ขส รถ/เล็ก/ส่วนมาก นาฬิกา/เรือนใหญ่/ในห้องโถง ข่าว/สำคัญ/วันนี้
15. ล ขส จ คน/ธรรมดา/สองคน เด็ก/ที่บ้าน/ทุกคน หนังสือพิมพ์/วันนี้/สามฉบับ
16. ล ค จ ขส บ้าน/หลังใหญ่/สองหลัง/ที่บนเนิน เก้าอี้/ใหม่/หลายตัว/ที่หน้าห้อง
17. ล จ ค ขส เนื้อ/สองชิ้น/ใหญ่/ในจาน น้ำหอม/สามขวด/เล็ก ๆ /ในกล่อง

动词词组由下列4类成分构成10种结构形式：

动词中心词成分（หน่วยแก่น: ก）

中心词前助动词成分（หน่วยช่วยกริยาหน้าหน่วยแก่น: ช๑）

中心词后助动词成分（หน่วยช่วยกริยาหลังหน่วยแก่น: ช๒）

修饰成分（หน่วยขยาย: ข）

1. ก	สวย
	เดินหา
	ไปเที่ยว
	ชอบเดินดู
	จำไว้
	มาพาไป
	มาดูเสีย
2. ก ช๒	นั่ง/อยู่
	เดือด/แล้ว
	ดี/อยู่แล้ว
3. ก ข	ชอบ/จัง
	มา/บ่อยทีเดียว
	กิน/จุจังเลย

ทำงาน/นอกบ้าน
มาถึง/เมื่อวานนี้
อยู่/ที่ในกรุงเทพฯ ปีหนึ่ง
มาคุย/กันที่นี่
เจอ/กันทุกวัน
เข้าไปในครัวอีก
ออกไป/เมื่อกี๊กระมัง
ทำงาน/นอกบ้านทั้งวันเสมอ
เจอ/กันที่ที่ทำงานทุกวัน

4. ก ช๒ ข　หัก/อยู่/ก่อน
เดือด/อยู่/บนเตา
ยุ่ง/อยู่/ทั้งวัน
ทาน/แล้ว/เมื่อสักครู่นี้
นั่งคอย/อยู่/ที่นี่ก่อน

5. ก ข ช๒　ปรึกษา/กัน/อยู่
พบ/กัน/อีกแล้ว
อยู่/บนโต๊ะ/แล้ว
เจอ/กันที่บ้าน/แล้ว
เก็บไว้/ในตู้เย็นอีก/แล้ว
เริ่มยุ่ง/กันตั้งแต่เช้า/แล้ว

6. ช๑ ก　คง/สวย
กำลัง/เดินหา
ไม่/ชอบเดินดู
คงอยาก/ไปเที่ยว
น่าจะ/จำไว้

คงไม่/มาพาไป

7. ช๑ ก ช๒ กำลัง/นั่ง/อยู่

คง/เดือด/แล้ว

อาจจะ/ดี/อยู่แล้ว

8. ช๑ ก ข คง/มา/บ่อยทีเดียว

ไม่อยาก/ทำงาน/นอกบ้าน

เพิ่ง/มาถึง/เมื่อวานนี้

เคย/อยู่/ที่ในกรุงเทพฯปีหนึ่ง

ไม่ควรจะ/เข้าไป/ในนั้นอีก

9. ก ช๒ ข น่าจะ/หัก/อยู่/ก่อน

กำลัง/เดือด/บนเตา

คงจะ/ทาน/แล้ว/เมื่อสักครู่นี้

คงต้อง/นั่งคอย/อยู่/ที่นี่ก่อน

อาจจะต้อง/ยุ่ง/อยู่ทั้งวัน

10. ช๑ ก ข ช๒ ยัง/ปรึกษา/กัน/อยู่

จวนจะ/พบ/กัน/อีกแล้ว

อาจจะ/อยู่/บนโต๊ะ/แล้ว

คงจะ/เก็บไว้/ในตู้เย็นอีก/แล้ว

其他 3 类词组的结构形式：

特殊词词组（พิเศษวลี）

1. 只有一个特殊词：น่ากลัว ปรกติ ธรรมดา ที่จริง โดยทั่วไป ส่วนมาก ธรรมดา เขาชอบอยู่บ้านนะ

เขาชอบอยู่บ้านนะ ธรรมดา

2. 前置词 ตาม 加特殊词：ตามปรกติ ตามธรรมดา

ตามปรกติ อากาศไม่หนาวเลย

附录 2　泰语结构语法

อากาศไม่หนาวเลย ตามปรกติ

地点词组（สถานวลี）

1. 一个前置词加名词词组：ใน/ห้องรับแขก　บน/โต๊ะ
2. 两个前置词加名词词组：ที่หน้า/บ้านนี้　ตรงหน้า/บ้านหลังใหญ่
3. 三个前置词加名词词组：ตรงข้างหลัง/หอนาฬิกา　ที่ตรงหน้า/ตึกใหม่นั้น
4. 两个前置词并列：ข้างนอก ข้างบน ข้างใน

时间词组（กาลวลี）

1. 由表示时间的 1—3 个词组成

กลางวัน　เช้าๆ　ตะกี้　เมื่อเช้า　ตอนบ่าย　วันจันทร์　เมื่อวันก่อน เมื่อตอนเช้า

2. 1—3 个表示时间的词加第三或第四声调的指示代词

เช้า/นี้　เมื่อวาน/นี้　เมื่อตอนเช้า/นี้

3. 1—3 个表示时间的词加上固定词组

ที่แล้ว

ที่จะถึง

เดือน/ที่แล้ว　ศุกร์/ที่จะถึง　วันพฤหัสฯ/ที่แล้ว　เดือนสิงหาฯ/ที่จะถึง เมื่อวันอาทิตย์/ที่แล้ว

4. 1—2 个表示时间的词加数词加 1—2 个表示时间的词

ตอน/สอง/โมง　เมื่อตอน/เก้า/โมง　เมื่อตอน/สิบ/โมงเช้า

5. 1—2 个表示时间的词加序数词

วัน/แรก　ปี/เดียว　วันจันทร์/หน้า　วันศุกร์/ที่สี่

6. 一个表示时间的词加数词加 2 个表示时间的词加第三或第四声调指示代词

เมื่อ/สอง/วันก่อน/นี้

เมื่อ/สาม/เดือนก่อน/นี้

7. 一个表示时间的词加数词加一个表示时间的词加固定词

เมื่อ/สอง/เดือน/ที่แล้ว

เมื่อ/สาม/ปี/ที่แล้ว

8. 数词前位词加表示时间的词

อีก/วัน

สัก/คืน

ทั้งเดือน

9. 数词前位词加数词加表示时间的词

อีก/สอง/วัน

สัก/สาม/อาทิตย์

ตั้ง/สี่/ปี

10. 数词前位词加数词加表示时间的词加数词后位词

อีก/สอง/วัน/เท่านั้น

สัก/สาม/อาทิตย์/กว่า ๆ

ประมาณ/สี่/ปี/เศษ ๆ

11. 数词前位词加表示时间的词加序数词

สัก/วัน/หนึ่ง

อีก/ปี/เดียว

ตั้ง/เดือน/หนึ่ง

第六章 小句（อนุพากย์）的定义、种类及语法作用

一、定义：普通句降位充当大句中的某种成分，就叫作小句。这里的"大句"是指包含两个或两个以上小句的复杂句或复合句。以下讲到的复杂句或复合句仅限于包含两个小句的类型。

二、小句的种类：

名词小句（อนุพากย์นาม）

定语小句（อนุพากย์คุณศัพท์）

状语小句（อนุพากย์วิเศษณ์）

主体小句（อนุพากย์หลัก）

三、小句的语法作用：

名词小句——其语法作用同名词词组。

1. 充当大句的主语、直接宾语、间接宾语。例如：

ป ส ต　　ใครวิ่งชนะ/จะได้/รางวัล　(ป)

ป ส ต　　ฉัน/ไปฟัง/เขาวิจารย์หนังไทย　(ต)

ป ท ต ร　　ครู/จะแจก/รางวัล/นักเรียนเรียนดี (ร)

2. 充当名词独立成分（หน่วยนามเดี่ยว-นด）中的一部分。例如：

นด.　หมวกใบใหญ่ของใคร/ที่อยู่ในตู้กระจก

定语小句——在名词词组中修饰中心语（หน่วยหลัก）的小句叫定语小句。这个名词词组可能是主语、直接宾语、间接宾语或名词独立成分。例如：

ป/อ　　เด็กที่กำลังเล่นอยู่/น่ารักมาก

ป ส/ต　　ฉันชอบผู้หญิงที่มาหาคุณเมื่อกี๊

ป ท ต/ร　　ครูกำลังแจกรางวัล/นักเรียนที่เรียนดี

นด.　　เสื้อของเธอ/ที่อยู่ในตู้ฉัน

状语小句——在动词词组中修饰中心词（หน่วยแก่น）的小句叫状语小句。这个动词词组可能是不及物动词成分、及物动词成分或双宾语动词成分。例如：

ป/อ　　เขา/ออกไปตอนที่คุณกำลังแต่งตัว

ป/ส(ต)　　แดง/ต้องไป-(โรงพยาบาล)-เพราะเขาไม่สบาย

ป/ท(ต ร)　　คุณพ่อ/ให้-(หนังสือเล่มนี้ฉัน)-ตั้งแต่ฉันอายุ ๗ ขวบ

主体小句——在下列 4 种情况下充当句子成分的小句。

（1）动词可以充任的句子成分中的一部分

　　　อ　ดีใจที่คุณมาในวันเกิดฉันได้

（2）不及物动词可以充任的句子成分

　　　ป อ　การที่เธอแสดงกริยาเช่นนี้/ไม่ดีเลย

（3）充任两个以上的句子成分

　　　ป ส ต　ฉัน ไม่ชอบ/ขับรถเร็วมากๆ

（4）既是句子的组成成分，同时又是句子成分中的一部分

　　　ป อ　เด็กที่กำลังเล่นตุ๊กตา/น่ารักมาก

三、连接小句的连词（略）

第七章　总结

对一个句子进行语法分析，要依循下述 5 个步骤进行：

第一步：先看整个句子是始发句还是后续句；是普通句、复杂句、复合句还是关联句。

第二步：分析句子中的词或词组在句子中充当什么成分，诸成分的先后位置、次序排列如何，以找出句子的结构形式。

第三步：分析构成各句子成分的词组是哪一类词组。

第四步：找出名词词组或动词词组的结构形式。特殊词组、地点词组和时间词组则不必分析。

第五步：分析名词词组或动词词组中的词属于哪一类，分析特殊词组、地点词组或时间词组中的词属于哪一类。

附录3　泰语转换生成语法

泰语转换生成语法的代表作是乌东·瓦洛西卡迪的《泰语句法概要》[①]以及他的另一部著作《语言·基础知识》[②]。前者用英文发表，内容共四章：一、短语结构规则，二、普遍转换规则，三、随意性语法转换规则，四、强制性语法转换规则。该书在西方影响较大。后者用泰文写成，发表较晚且描述更具体、内容更丰富，在泰国语法学界有相当影响。本章扼要介绍泰文版《语言·基础知识》的相关内容。

《语言·基础知识》共十三章，其中第六、七两章与语法相关，第七章主要是讨论用转换生成理论分析泰语句法结构的内容。此处只介绍这两章。

转换生成语法与传统语法在某些方面是相似的。转换生成语法的"深层结构"和"表层结构"说，相当于传统语法里的"省略"说，二者有相通之处。当然，转换生成语法理论在分析时更讲究科学性和严谨性。

转换生成语法与结构语法比较，转换生成语法强调的是语言里所包含的体系以及说话人的语言能力；结构语法强调的是实际语言的输出以及说话人的语言表现。

---

① *Udom Warotmsikkadik*, Thai Syntax: An Outline Mouton,1964.
② อุดม วโรตม์สิกขดิตถ์　ภาษา:ความรู้เบื้องต้น　มหาวิทยาลัยรามคำแหง ๒๕๓๔

第六章　词

词类：泰语中的词，依据语言学和实践学（ปฏิบัติศาสตร์）的原则可以分为 8 类。

1. 名词

（1）充当句子的主语和宾语，例如：หมากัดแมว。

（2）与其他名词结合组成合成词，例如：สวนผัก　หน้าแล้ง　กางเกงของพ่อ（ของ 为名词，如：ของขวัญ ของเล่น ฯลฯ）。

（3）其他语法书中所谓的前置词 บน ใน นอก ใต้ ล่าง ข้าง ที่ 均归属名词，因表示地点，且用法与名词同。

（4）อย่างดี อย่างช้า 是由形动词（วิเศษณกริยา）修饰的名词。

（5）名量词 เชือก ตัว หวี อัน 从语义学的角度应视为名词的附属部分。

（6）代替名词的代词在句子中的出现位置与名词同，故亦归属名词。

2. 动词——在泰语中能够与否定词搭配的词。

（1）不及物动词（อกรรมกริยา）——在深层结构中不带宾语的动词。例如：เดิน ไป นอน ฯลฯ。

（2）及物动词（สกรรมกริยา）——在深层结构中带宾语的动词。例如：กิน ใช้ สร้าง หิว จาก ถึง แต่ ตั้งแต่ จน จนถึง ฯลฯ。其他语法书中叫前置词的词，该书也归为及物动词，因为它们能与否定词搭配，且在深层结构中其后带有名词。

（3）形动词（วิเศษณกริยา）——不表示行为、动作，但因可以与否定词搭配，所以也包括在动词一类。例如：ดี สวย ขาว ฯลฯ。

3. 动词前位词（คำนำหน้ากริยา）——出现在动词前面，表示时态、能愿、使令等。例如：ก็ กำลัง ควร จะ ชัก ต้อง น่า เพิ่ง ฯลฯ。

4. 副词（วิเศษณ์）——对动词进行修饰、数量有限。例如：แจ๋ ปื๋ ตื๋อ แจ๊ด จ๊วก เจี๊ยบ ตื้อ ฯลฯ。

5. 数词（สังขยา）——例如：หนึ่ง สอง ร้อย พัน ล้าน มาก เพียง ทุก สัก ฯลฯ。

6. 指示词（นิยมลักษณ์）——仅三个，即：นี้ นั้น โน้น（นี่ นั่น โน่น 归入名词，因在句中一般出现在动词前面）。

7. 句末词（คำท้ายประโยค）——出现在句末的词。例如：เลย กัน（คะ ค่ะ ครับ นะ 等词，其深层结构是表现句）。

8. 连词（คำสันธาน）——连接名词和名词、动词和动词、句子和句子的词。例如：และ กับ ทั้ง เพราะ ถ้า...ก็... ฯลฯ。

表示感叹的词，如 โอย 只是表示某种反应的自然发声；用名词表感叹的，如：พุทโธ่ 归为名词；用动词表感叹的，如：ตายจริง เอ๊ะ（เอะใจ）则归为动词。因此"感叹词"不必单列一类。

第七章　词组和句子：句法结构

一、转换生成（การปริวรรต）——一个句子向另一个句子变化时所揭示的语法关系，就叫作"转换生成"。

转换生成理论包含三个部分：

1. 句子的结构

深层结构（โครงรูปลึก）——人们头脑中固有的发生转换之前的基本句子（ประโยคพื้นฐาน）。表层结构（โครงรูปผิว）——由深层结构经过转换（调整添加、替代、省略）变成另一种句子。例如：

เขาใช้มือกินข้าวไม่เป็น
ปริวรรตเป็น
↓
เขากินข้าวด้วยมือไม่เป็น
ปริวรรตเป็น
↓
เขากินมือไม่เป็น

2. 转换生成的方法

（1）调整添加（การประชิด การเพิ่ม）

เขาจะมาพรุ่งนี้

将 พรุ่งนี้ 调整到 เขา 前面，变为：

พรุ่งนี้เขาจะมา

添加疑问词 หรือ，句子变为疑问句：

พรุ่งนี้เขาจะมาหรือ?

（2）替代（การแทนที่）

เขาขายหนังสือเล่มนั้นแพง

宾语 หนังสือเล่มนั้น 替代主语 เขา，เขา 消失，变为：

หนังสือเล่มนั้นขายแพง

งูกัดเขา

宾语 เขา 替代主语 งู，同时 งู 移至 กัด 后面，在 งู 和 กัด 之间添加 ถูก，变为：

เขาถูกงูกัด

（3）省略（การลด）

คุณออกไปเดี๋ยวนี้นะ

省略 คุณ，变为：ออกไปเดี๋ยวนี้นะ

เขาตื่นขึ้นเขาก็รีบล้างหน้าแปรงฟัน

后一句省略 เขา，变为：เขาตื่นขึ้นก็รีบล้างหน้าแปรงฟัน

3. 音位学（สรวิทยา）

赋予树形图（รูปต้นไม้）中所有的词以语音形式，树形图是表示句子结构的图形。例如：

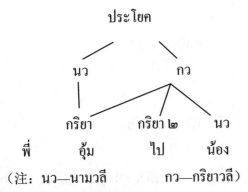

（注：นว—นามวลี　　　　　กว—กริยาวลี）

音位学原理使 พี่ อุ้ม ไป น้อง 诸词具有了语音形式，我们才得以把这个句子还原后的表层形式读成：พี่อุ้มน้องไป。

二、词组

1. 名词词组（นว）：可以做主语、宾语、修饰语（例如：ด้วยมือซ้าย พ่อของเธอ）组成名词词组的成分是名词和代词。该书将名词归纳为两类：

（1）普通名词（สามานยนาม）：表示事物名称的词（包括有生命的和无生命的，有形的和无形的），例如：นก รถ ปรมาณู อากาศ。

普通名词大多有其固定的量词，某些词则没有（如：อากาศ）。这些量词附属于它所说明的名词，不自成一类或一小类（不同于传统语法和结构语法）。集合量词 ฝูง โขลง หมู่ ฯลฯ 亦同。

（2）专有名词（วิสามานยนาม）：对人、动物、物体、地点、事件、现象的特有称谓。例如：จิ๋ม มีชัย แฟ๊บ จตุพักตร์ พิมาน ฯลฯ。

说明：通过转换方法，添加 การ ความ 之后变成的所谓“动名词”，只在表层结构是名词，而深层结构仍是动词。

2. 动词词组（กว）

（1）主动词（กริยาสำคุญ）：动词词组必不可少的组成成分是主动词。主动词分三类：

及物动词（สกรรมกริยา）——深层结构中带有宾语的动词。

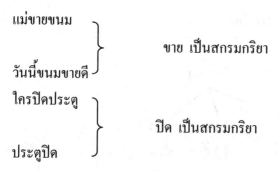

แม่ขายขนม
วันนี้ขนมขายดี } ขาย เป็นสกรมกริยา

ใครปิดประตู
ประตูปิด } ปิด เป็นสกรมกริยา

维金・帕努蓬叫作双宾语动词（กริยาทวิกรรม）的一类词，如：ให้ รด บอก ฯลฯ，该书将其归为及物动词。理由是：

พ่อให้เงินลูก

พ่อรดน้ำต้นไม้

พ่อให้เงินลูก 是由 พ่อให้เงิน　พ่อให้ลูก 通过省略转换而成；พ่อรดน้ำต้นไม้ 的深层结构是 พ่อรดน้ำ 做主语，ให้ต้นไม้ 做谓语，而后省略了 ให้。

不及物动词（อกรรมกริยา）——深层结构中不带有宾语的动词，如：ไป นอน เดิน

<u>น้องไป</u>

น้องไปวัด

น้องไปที่วัด

วัด　ที่วัด 是地点状语（สถานวิเศษณ์），如变成问句则为"น้องไปไหน?"，而不能是 น้องไปอะไร；其他对宾语提问的句子一般都可以用 อะไร 提问，如：แม่ขายขนม → แม่ขายอะไร?

<u>พ่อนอน</u>

พ่อนอนเตียง

พ่อนอนบนเตียง

เตียง　บนเตียง 同样也是地点状语，深层结构是 ใช้เตียงนอน，省略后

为 พ่อใช้เตียงนอน；นอน 前移，代替 ใช้，ใช้ 消失，则变为 พ่อนอนเตียง。

เขากำลังเดิน   เขากำลังเดินทาง

深层结构是   เขากำลังเดินไปตามทาง，省略 ไป   ตาม 后变为 เขากำลังเดินทาง

เรากำลังเดินเรื่องของคุณ

深层结构是：เรากำลังทำให้เรื่องของคุณเดิน，เดิน 替代 ทำให้，ทำให้ 省略。

形动词（วิเศษณกริยา）——表示状态（不表示行为、动作的词）叫形动词（传统语法叫作形容词）。

形动词不能带宾语，其后不能带 "ทำไม"（为什么），而及物动词和不及物动词后面都能带。例如：

เขาร้องทำไม

แม่ขายบ้านทำไม

*เธอขาวทำไม

（2）副动词（กริยารอง หรือกริยา ๒）：

มา   ไป   ไว้ 叫作副动词。副动词不能有否定形式。我们不能说 พ่อซื้อขนมไม่มา，只能说 พ่อซื้อขนมมา；在下列句子中，ไป 在语义上如果可以否定，则应看作是主动词，如不能否定，则为副动词：เขาเข็นเรือไป →*เขาเข็นเรือไม่ไป→เขาไม่ได้เข็นเรือไป（副动词）→เขาเข็นเรือไม่ไป（主动词）

↓

เขาเข็นเรือ เรือไม่ไป

（3）动词前位词（ส่วนนำหน้ากริยา, 缩写：นก）：

即传统语法中的 "助动词"。有 ควร คง พอ จึง น่า จะ ต้อง อาจ ฯลฯ，用于动词前，表示动词的时态、能愿、使令等，在句中的位置相当固定。

ไม่ บ่ บ หามิได้ ใช่ไม่ 不属于动词前位词，在句中的位置不固定，它们对哪个词进行否定，就出现在该词之前。它们的出现是基于陈述句向否定句转换的需要。

เขาไม่ต้องไป

เขาต้องไม่ไป

（4）动词后置词（ส่วนหลังกริยา，缩写：ลก）：

即出现在主动词（及物动词、不及物动词、形动词）或副动词后面的部分。包括：

副词（ลักษณวิเศษณ์）：ตื๋อ แจ๋ ปี๋ ปื๊ด อย่างดี อย่างเร็ว ฯลฯ

地点修饰词（สถานวิเศษณ์）：บนเตียง ใต้โต๊ะ ที่บ้าน ฯลฯ

工具修饰词（อุปกรณ์วิเศษณ์）：ทางเครื่องบิน โดยรถไฟ ฯลฯ

时间修饰词（กาลวิเศษณ์）：เมื่อวานนี้ ตอนค่ำ ในเย็นวันนี้ ฯลฯ

三、句子

泰语的句子由两部分组成：主语和谓语。主语中的成分是名词词组；谓语中的成分是动词词组。

1. ประโยค → (นว)+กว①

2. กว → (นก) กริยา (กริยา ๒) (นว) ประโยค (ลก)

树形图：

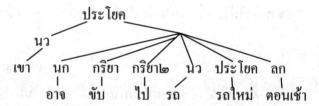

通过转换，副动词"ไป"移位，调至名词词组 รถ รถใหม่ 之后，省略重复部分 รถ รถใหม่ → รถคันใหม่，就生成了 เขาอาจขับรถคันใหม่ไปตอนเช้า。

① นว→นามวลี กว→กริยาวลี นก→ส่วนนำหน้ากริยา ลก→ส่วนหลังกริยา

3. นว → นาม (จำนวน) (ประโยค)

เด็กสองคน/กำลังปีนต้นไม้

เด็กที่เคยตกต้นไม้คนนั้น/กำลังปีนต้นไม้

四、转换生成类型举例

转换生成的过程是通过三种方法（调整添加、替代、省略）把句子的深层结构转化成表层结构的过程。这个过程有几种情况：有的转换是强制性的（必须）。例如，副动词必须调整到名词词组后面。

树形图：

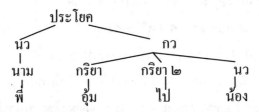

ไป 必须调整到 น้อง 的后面，才能得到正确的表层结构的句子。

有的时候转换不是强制性的。例如：

ใครจะมาวันนี้　　　　วันนี้ใครจะมา

有的时候，一个句子中同时会发生多种转换。例如：

แม่จะซื้อทุเรียน　　หรือ　แม่จะไม่ซื้อทุเรียน

省略句中重复部分，变为：แม่จะซื้อทุเรียนหรือไม่。

根据音位学原理，หรือไม่ 可以合并为 ไหม：แม่จะซื้อทุเรียนไหม?

泰语的转换生成类型还有很多，例如：名词合成词的转换、动词合成词的转换、关系代词的转换，甚至礼貌用语 คะ ครับ 也是由句子转换而来的。例如：

ผมบอก(ว่า)ผมไปด้วย　转换成　ผมไปด้วยครับ

นารีบอก(ว่า)น้องไม่อยู่　转换成　น้องไม่อยู่ค่ะ

主要参考文献

泰文资料：

คณาจารย์ภาควิชาภาษาไทย: การใช้ภาษาไทย 2 สำนักพิมพ์มหาวิทยาลัยธรรมศาสตร์ ๒๕๓๗

คุรุสภา: ภาษาไทยชั้นสูง โรงพิมพ์คุรุสภา 2519

ดิเรกชัย มหัทธนะสิน: หน่วยคำภาษาไทย สำนักพิมพ์บูรพาสาส์น 2528

ถนอมวงศ์ ล้ำยอดมรรคผล ฯลฯ: การใช้ภาษาไทย หน่วยที่ ๙-๑๕ โรงพิมพ์ ป. สัมพันธ์พาณิชย์ 2531

ประสิทธิ์ กาพย์กลอน: การศึกษาภาษาไทยตามแนวภาษาศาสตร์ ไทยวัฒนาพาณิช ๒๕๒๓

นววรรณ พันธุเมธา ไวยากรณ์ไทย โรงพิมพ์รุ่งเรืองสาส์นการพิมพ์ พิมพ์ครั้งที่๑ 2526

นววรรณ พันธุเมธา ไวยากรณ์ไทย จุฬาลงกรณ์มหาวิทยาลัย พิมพ์ครั้งที่๗ 2553

นววรรณ พันธุเมธา คลังคำ สำนักพิมพ์อมรินทร์ 2544

นววรรณ พันธุเมธา วินัย ภู่ระหงษ์: ภาษาไทย หน่วย๗-๑๕ สำนักพิมพ์มหาวิทยาลัยสุโขทัยธรรมธิราช 2533

บรรจบ พันธุเมธา: ลักษณะภาษาไทย ๒๕๑๔

ผอบ โปษกฤษณะ: ลักษณะเฉพาะของภาษาไทย สำนักพิมพ์รวมสาส์น 2541

พ.นววรรณ: การใช้ภาษาไทย 1 สมาคมสตรีศึกษาแห่งประเทศไทย ๒๕๑๘

พระยาอุปกิตศิลปสาร: หลักภาษาไทย สำนักพิมพ์ไทยวัฒนาพานิช ๒๔๗๘

วิจินตน์ ภาณุพงศ์: โครงสร้างภาษาไทย: ระบบไวยากรณ์ โรงพิมพ์มหาวิทยาลัยรามคำแหง ๒๕๒๒

สมชาย ลำดวน: สำนักพิมพ์โอเดียนสโตร์ 2521

สวดิน ยมาภัย ฯลฯ: การใช้ภาษาไทย หน่วยที่ ๑-๘ โรงพิมพ์ชวนพิมพ์ 2531

สุธิวงศ์ พงศ์ไพบูรณ์: หลักภาษาไทย สำนักพิมพ์ไทยวัฒนาพาณิช 2521

อมรา ประสิทธิ์รัฐสินธุ์: หน่วยสร้างที่มีข้อขัดแย้งในไวยากรณ์ไทย โรงพิมพ์แห่งจุฬาลงกรณ์มหาวิทาลัย 2553

อมรา ประสิทธิ์รัฐสินธุ์: ชนิตของคำในภาษาไทย การวิเคราะห์ทางวากยสัมพันธ์ (Parts of Speech in Thai:A Syntactic Analysis)， A S P Publishers Bangkok 2010

อุดม วโรตม์สิกขดิตถ์: ภาษา ความรู้เบื้องต้น มหาวิทยาลัยรามคำแหง ๒๕๓๔

中文资料：

丁声树等：《现代汉语语法讲话》，北京：商务印书馆，1979

范晓：《三个平面的语法观》，北京：北京语言文化大学出版社，1996

胡裕树主编：《现代汉语（修订本）》，上海：上海教育出版社，1979

陆俭明：《80年代现代汉语语法研究理论上的建树》，《80年代与90年代中国现代汉语语法研究》，《世界汉语教学》《语言教学与研究》编辑部编，北京：北京语言学院出版社，1992

陆俭明：《现代汉语语法研究教程（修订版）》，北京：北京大学出版社，2003

吕叔湘：《汉语语法分析问题》，北京：商务印书馆，1979

吕叔湘、朱德熙：《语法修辞讲话（第2版）》，北京：中国青年出版

社,1979

王还:《"把"字句和"被"字句》,上海:上海教育出版社,1984

赵元任著,吕叔湘译:《汉语口语语法》,北京:商务印书馆,1979

朱德熙:《现代汉语语法研究》,北京:商务印书馆,1980

朱德熙:《语法答问》,北京:商务印书馆,1985

朱德熙:《语法讲义》,北京:商务印书馆,1982

朱德熙著,袁毓林整理注释:《语法分析讲稿》,北京:商务印书馆,2010

英文资料:

James Higbie & Snea Thinsan: *Thai Reference Grammar*, Singapore: Orchid Press, 2002

Richard Noss: *Thai Reference Grammar*, Washington: Foreign Service of State, 1964

Shoichi Iwasaki & Preeya Ingkaphirom: *A Reference Grammar of Thai*, Cambridge: Cambridge University Press, 2005